விடுபடும் சுடர்

மலையாளத்திலிருந்தான இளையோர் நாவல்

AF766075

பி.வி.சுகுமாரன்

தமிழில்: யூமா வாசுகி

Vidupadum Sudar
P.V. Sukumaran
Translated by: **Yuma Vasuki**
Front Cover & Illustration : **K.Chokkalingam**
First Published: December, 2022
Ilaiyor Ilakkiyam
imprint of Bharathi Puthakalayam
7, Elango Salai, Teynampet, Chennai - 600 018.
Email: bharathiputhakalayam@gmail.com | www.thamizhbooks.com

விடுபடும் சுடர்
பி.வி.சுகுமாரன்
மலையாளத்திலிருந்து தமிழில்: யூமா வாசுகி
அட்டைப்படம், ஓவியங்கள்: கி.சொக்கலிங்கம்
முதல் பதிப்பு: டிசம்பர், 2022
வெளியீடு:

இளையோர் இலக்கியம் | பாரதி புத்தகாலயத்தின் ஓர் அங்கம்
7, இளங்கோ சாலை, தேனாம்பேட்டை, சென்னை - 600 018.
தொலைபேசி : 044 24332424, 24330024 | விற்பனை: 24332924
விற்பனை உரிமை

பாரதி புத்தகாலயம்

விற்பனை நிலையங்கள்
மதுரை: 37A, பெரியார் பேருந்து நிலையம் - 045 22324674
ஈரோடு: 39: 39 ஸ்டேட் பாங்க் சாலை - 9245448353
திண்டுக்கல்: பேருந்து நிலையம் - 9942331105, 9976053719
பழனி: பேருந்து நிலையம் அருகில் - 9442883696
திருப்பூர்: 447, அவினாசி சாலை - 9486105018
சேலம்: பாலம் 35, அத்வைத ஆஸ்ரமம் சாலை 0427 2335952
திருவல்லிக்கேணி: 48, தேரடி தெரு - 9444428358
வடபழனி: பேருந்து நிலையம் எதிரில் அடையார் ஆனந்தபவன் மாடியில் - 9444476967
பெரம்பூர்: 52, கூக்ஸ் ரோடு - 9444373716
திருவாரூர்: 35, நேதாஜி சாலை - 9442540543
சேலம்: 15, வித்யாலயா சாலை
திருநெல்வேலி: 25A, ராஜேந்திரநகர் - 9442149981
அருப்புக்கோட்டை: 49A/4 மெயின் ரோடு, தெற்கு தெரு, -9994173551
மதுரை: சர்வோதயா மெயின்ரோடு
குன்னூர்: N.K.N வணிக வளாகம் பெட்போர்ட்
செங்கல்பட்டு: 1 D ஜி.எஸ்.டி சாலை - 044 27426964
விருதுநகர்: 131, கச்சேரி சாலை - 0456 2245300
கும்பகோணம்: 352, ரயில் நிலையம் எதிரில் - 9443995061
வேலூர்: பேஸ் III, சத்துவாச்சாரி - 9442553893
நெய்வேலி: பேருந்து நிலையம் அருகில், - 9443659147
தஞ்சாவூர்: காந்திஜி வணிக வளாகம் காந்திஜி சாலை - 9655542400
கோவை: 77, மசக்காளிபாளையம் ரோடு, பீளமேடு - 8903707294
திருச்சி: வெண்மணி இல்லம், கரூர் புறவழிச்சாலை - 9994289492
திருவண்ணாமலை: முத்தம்மாள் நகர்
நாகர்கோவில்: 699 கே.பி.ரோடு R.V.புரம் - 9443450111
சிதம்பரம்: 11 / 28 வெள்ள திறந்தான் தெரு, - 9994399347
கரூர்: நாரத கானசபா அருகில் (TNGEA OFFICE) - 9442706676
காரைக்குடி : 12, 2 வது தெரு, கம்பன் மணிமண்டபம் பின்புறம் - 9443406150

வடிவமைப்பு: ஆர். காளத்தி

நினைத்த நூல்கள்... நினைத்த நேரத்தில்... thamizhbooks.com 8778073949

ரூ. 120/-
அச்சு : பிரிண்டெக், சென்னை - 600 005. BharathiTV | www.bookday.in

சமர்ப்பணம்

என் மனைவி உஷாவுக்கு...

- பி.வி. சுகுமாரன்

பி.வி.சுகுமாரன்

மத்திய அரசு நிறுவனமான 'இன்ஸ்ட்டுமெண்டேஷன் லிமிடெட்' டின் (பாலக்காடு) நிர்வாகப் பிரிவில் முதுநிலை கண்காணிப்பாளராகப் (Senior Superintendent) பணிபுரிந்து ஓய்வு பெற்றிருக்கிறார். இவரது சிறுகதைத் தொகுப்புகளும் நாவல்களும் சிறார் நாவல்களும் வெளிவந்திருக்கின்றன. 'ஃபாதர் சின்னப்பா நினைவு விருது', 'ராஜீவ்காந்தி கலாசார சபை விருது', 'பாயல் புக்ஸ் சிறார் இலக்கிய விருது' ஆகிய சிறப்புகள் பெற்றிருக்கிறார். மனைவி - உஷா. பிள்ளைகள் - சுபாஷ், காயத்ரி.

P.V. Sukumaran
USHUS
Kairaligramam - 4,
Yakkara Post
Palakad, Kerala - 678701
Email: sukumaran_ushus@yahoo.co.in

கட்டாயத்தினாலோ, வற்புறுத்தல் காரணமாகவோ கற்கும் வழக்கத்தைக் குழந்தைகளிடம் உருவாக்காதீர்கள். மாறாக, அறிவைக் கிளர்த்தும் செயல்களுக்கான வழி எதுவென அவர்களுக்குக் காட்டுங்கள். அம்முறையில்தான், அவர்கள் ஒவ்வொருவருடைய மேதமையை மிகத்துல்லியமாக அளவிடுவதற்கான வாய்ப்பு உங்களுக்குக் கிட்டும்.

கிரேக்க தத்துவ ஞானி பிளாட்டோ

1

பதினொன்றரை மணி ஷிப்ட் முடிந்ததை அறிவிக்கும் சைரன் ஓசை, இரவின் தூக்கத்தைக் கலைத்தவாறு உரத்து முழங்கியது.

புத்தகத்தைத் திறந்து வைத்து தூங்கிக்கொண்டிருந்தான் கிரண்.

பாதி மயக்கத்திலும் அவன் கண்களில் ஏதேதோ கனவுகள் மின்னி மறைந்தன. திடுக்கிட்டு தூக்கக் கலக்கத்தை உதறி திகைப்புடன் நிமிர்ந்தமர்ந்தான்.

சைரனின் ஓலம் மெலிந்து மறைந்தது.

பத்து நிமிடங்களுக்குள் அப்பா வேலை முடிந்து வருவார்.

அப்பா மீது அவனுக்குப் பயம். எப்படி பயப்படாமல் இருக்க முடியும்?

அன்பான ஒரு வார்த்தை பேசவும் அப்பாவுக்குத் தெரியாது.

என்ன செய்தாலும் அதில் குற்றம்தான் கண்டுபிடிப்பார். கடிக்க வருவதைப்போல முகத்தைப் பார்த்து அதைச் சொல்லவும் செய்வார். நல்ல காரியம் என்ன செய்தாலும் அது அவர் கண்ணில் படாது.

புத்தகத்தை முன்னால் வைத்துக்கொண்டு தூங்கிக்கொண்டிருப்பதைப் பார்த்தால் அந்த நொடியே பேய் பிடித்ததைப்போல ஆடத் தொடங்கிவிடுவார்.

இரவு நேரத்தில் சின்ன சப்தம்கூட பக்கத்துக் குடியிருப்பில் இருப்பவர்களுக்குக் கேட்கும் எனும் நினைப்பே இருக்காது.

கடுமையாகத் திட்டுவார். தான் என்ன பேசுகிறோம் என்று அவருக்கே தெரியாது.

அந்த நினைவில் அவன் சட்டென்று எழுந்தான்.

தூக்கக் கலக்கம் முற்றிலும் விலகுவதுவரை வாஷ்பேசினில் முகம் கழுவினான்.

பிறகு முகத்தை அழுத்தித் துடைத்துக்கொண்டு நாற்காலியில் வந்து அமர்ந்தான்.

பாதி எழுதி மடக்கி வைத்த நோட்டுப் புத்தகத்தை விரித்தான்.

‘ஒரு நாளுக்கு எத்தனை வீட்டுப் பாடங்கள்! எப்போது இவற்றையெல்லாம் எழுதி முடிப்பது?’ என்று சலிப்புடன் நினைத்தான்.

கை வலிக்கிறது. எழுதி எழுதி விரல்களில் தழும்பேறிவிட்டது.

பிடிக்காத விஷயம் என்பதால்தான் இவ்வளவு சலிப்பு.

அறிவியல் குரூப் வேண்டாம் என்று அப்பாவிடம் எத்தனையோமுறை சொல்லியாகிவிட்டது. அவர் கேட்டால்தானே.

அவர் எப்படிக் கேட்பார்?

தன் மகன் எந்த வழியில் செல்ல வேண்டும் என்று எல்லாவற்றையும் முன்கூட்டியே தீர்மானித்திருக்கிறார். அதிலிருந்து சற்றும் மாற சம்மதிக்க மாட்டார்.

அவனது எல்லா விருப்பங்களையும் முடக்கி, சற்று நகரக்கூட முடியாதபடி அவனைச் சுற்றிலும் ஒரு வலை கட்டியிருக்கிறார்.

பிறகு எப்படி அவனது திறமைகளை வெளிப்படுத்த முடியும்?

இந்த விஷயத்தில் அவனுக்கு அப்பாவின் மீது மிகவும் கோபம். அதற்குப் பழிவாங்குவதற்காக அவன் அப்பாவின்

குட்டிக் குட்டிக் கதைகள்
சிறுவர்களுக்கான நீதிக் கதைகள்

அறிவுரைகளைப் பொருட்படுத்த மாட்டான். அவர் என்ன சொன்னாலும் இறுகிய முகத்துடன் கேட்பதுபோன்று நிற்பான்.

ஆனால் அப்பா எதையும் கவனிக்க மாட்டார்.

தான் கனவு கண்ட வழியில் அவன் செல்லவில்லை என்று தோன்றும்போதுதான் அவருக்குப் பைத்தியம் பிடிக்கிறது என்று அவனுக்குத் தெரியும்.

அப்படி அவருக்குக் கோபமூட்டுவதன் மூலமாக அப்பாவை அவன் பழிவாங்கினான். அப்பா என்ன சொல்கிறாரோ, அதுதான் அம்மாவுக்கு வேதவாக்கு. அதை மறுத்து அம்மா ஒரு வார்த்தையும் பேசமாட்டார்.

புத்தகங்கள் வாசிப்பதில் அவனுக்கு மிகவும் விருப்பம் உண்டு.

ஆனால் வாசிக்க எங்கே நேரம் இருக்கிறது?

நல்ல நாவலோ, கதைப் புத்தகமோ வாசிப்பது அப்பாவின் கண்ணில் பட்டுவிட்டால் அப்புறம் அவ்வளவுதான்!

தேர்வில் மதிப்பெண் குறைந்ததை சுட்டிக்காட்டி வார்த்தைகளால் குதறுவார்.

நேரத்தை வீணாக்காமல் படிக்க வேண்டிய விஷயத்தைப் படிக்கக் கூடாதா என்பதுதான் அப்பாவின் கேள்வி.

நாவல்கள் கதைகள்போன்ற குப்பைகளை வாசித்து என்ன கிடைக்கப்போகிறது?

புத்தகங்கள் படிக்காததுதான் அப்பாவின் சிக்கல் என்று அவனுக்குத் தோன்றியிருக்கிறது. வாசிப்பு அனுபவம் தெரியாத ஒருவரால், புத்தகம் வாசிக்க முடியாதவனின் துயரத்தை எப்படிப் புரிந்துகொள்ள முடியும்?

கதைப் புத்தகங்களைப் பற்றி நினைத்துப் பார்த்தான். அப்போது அவன் மனது குழந்தைப் பருவத்துக்குச் சென்றது.

2

அவனது ஐந்தாம் வயதுவரை அம்மாவும் அவனும் ஊரில் இருந்தார்கள்.

அங்கே தாத்தாவும் பாட்டியும் இருந்தார்கள்.

அவர்களுடன் இருந்த நாட்கள் எவ்வளவு அழகாக இருந்தன?

அந்த நாட்கள் நினைவில் வரும்போதெல்லாம் மனது மகிழ்ச்சியால் நிறையும். களைத்துப்போகும்வரை மகிழ்ச்சியுடனும் உற்சாகத்துடனும் விளையாடித் திரிந்த அந்த நாட்களுக்குத் திரும்பிப் போக முடிந்தால் எவ்வளவு நன்றாக இருக்கும்!

நடக்காத காரியம் என்று தெரிந்தும் அவன் எப்போதும் அதற்கு ஆசைப்படுவான்.

அவன் விஷயத்தில் பாட்டி மிகவும் அக்கறை கொண்டிருப்பார். ஏதாவது பேசிக்கொண்டு அவனது எல்லா காரியங்களிலும் உதவி செய்வார்.

அவனுக்கு மழைக் காலம் மிகவும் பிடிக்கும்.

ஊரில் இருக்கும் நேரத்தில் மழை பெய்யும்போது சன்னல் ஓரத்தில் நாற்காலியை இழுத்துப் போட்டு உட்கார்ந்திருப்பான்.

காற்றில் மரங்கள் அசைந்தாடுவதையும் எண்ணற்ற மழை நார்கள் அறுந்து விழுவதையும் தீராத ஆசையுடன் பார்த்துக்கொண்டிருப்பான். அந்த நாட்களின் நினைவுகள் குளிராக மனதில் பொழிந்தன.

எவ்வளவு குளிராக இருந்தாலும் பாட்டியுடன் காலையில் கோயில் குளத்தில் முங்கிக் குளிப்பான்.

குளித்துக் கரையேறினால் பிறகு குளிரில் நடுங்கிக்கொண்டே கோயிலுக்குச் செல்வார்கள். கோயிலுக்குள் சென்றுவிட்டால் பிறகு குளிராது. அங்கே நிறைய குத்துவிளக்குகள் ஏற்றி வைத்திருப்பார்கள். அந்தக் கதகதப்பில் விளக்குகளின் பக்கத்தில் நிற்பது சுகமாக இருக்கும்.

எழுத்துக்கூட்டிப் படிப்பதற்கு பாட்டிதான் சொல்லிக்கொடுத்தார்.

மடியில் உட்கார வைத்து எத்தனை எத்தனை கதைகள் சொல்லியிருக்கிறார்!

பாட்டிக்கு நிறையக் கதைகள் தெரியும்.

புராணக் கதைகள், சரித்திரக் கதைகளுக்கு மேலாக, புத்த ஜாதகக் கதைகள், பைபிள் கதைகள், பஞ்சதந்திரக் கதைகள் எல்லாம் பாட்டிக்குத் தெரியும்.

பாட்டி கதை சொல்லத் தொடங்கினால் அது அப்படியே மனதில் பதிந்துவிடும்.

அந்தக் கதைகளில் வருபவர்கள் எல்லாம் உயிருடன் தன்னைச் சுற்றி இருப்பதுபோலத் தோன்றும்.

தூக்கத்தில்கூட அந்தக் கதாபாத்திரங்கள் அவனை விட்டுப் பிரியமாட்டார்கள். அவனது கனவுகளில் வருவார்கள். பாட்டி அந்தளவு சுவாரஸ்யமாக கதை சொல்வார்.

அந்த நாட்களை நினைக்கும்போதே மனது மகிழ்ச்சியால் நிறைந்து ததும்பும்.

இப்போதும் ஊருக்குச் சென்றால் எவ்வளவு ஆனந்தமாக இருக்கும்!

அத்தையின் பிள்ளைகள், பக்கத்து வீட்டுப் பிள்ளைகள் என்று அங்கே நிறையப்பேர் இருக்கிறார்கள். அவர்களின் பெற்றோர்கள் மிகவும் அன்புடன் பழகுவார்கள்.

இந்த அப்பாவுக்கு யார் மீதும் அன்பு இல்லை. மனதில் அன்பு இருந்தாலும் அதைக் வெளியே காட்டத் தெரியாது.

ஊருக்குச் சென்று எவ்வளவு காலமாகிறது!

ஞாயிற்றுக்கிழமைகூட அப்பாவுக்கு ஓய்வு இல்லை. ஓவர் டைம் இருக்கும். அதைத் தவிர்த்து அப்பாவுக்கு வேறு எந்த நிகழ்ச்சியும் இல்லை.

ஊருக்குச் செல்வதெல்லாம் மிகவும் குறைந்துவிட்டது. இப்போதெல்லாம் ஓணம், வருடப் பிறப்புபோன்ற பண்டிகைகளுக்குத்தான் செல்ல முடிகிறது. போனாலும் அங்கே அதிகபட்சம் இரண்டு நாட்கள்தான் இருக்க முடியும். அதற்கு மேல் தங்க முடியாது.

ஊருக்குச் சென்றால் பிறகு அங்கிருந்து வரவே தோன்றாது. விளையாட்டும் சிரிப்புமாக கவலையற்று இருக்கும்போது, பட்டென்று இரண்டு நாட்களும் சென்று மறைந்திருக்கும்.

மேற்கொண்டு ஒரு நாள் தங்கிச் செல்லும்படி பாட்டி கட்டாயப்படுத்துவார். அப்பா சம்மதிக்க மாட்டார். அங்கிருந்து புறப்படுவதற்கு நூறு காரணங்கள் சொல்வார். எல்லாம் சும்மா சொல்வதுதான்.

அப்பாவுடன் வேலை செய்யும் மாமாக்கள் எல்லோரும் விடுப்பு எடுப்பார்கள். அதில் அவர்களுக்கு எந்தவொரு பிரச்சினையும் இல்லை.

அப்பாவுக்கு மட்டும் என்ன இவ்வளவு சிக்கல்?

உண்மையிலேயே அப்போது அப்பாவின் மீது கடும் கோபம் ஏற்படும்.

ஆனால் என்ன செய்வது? ஏதாவது சொல்ல முடியுமா? அப்பாவாகிவிட்டாரே!

எட்டாம் வகுப்புவரையில் விடுமுறைக்கு தாத்தா பாட்டியுடன் இருக்க விடுவார்.

ஒன்பதாம் வகுப்பு வந்த பிறகுதான் அப்பாவின் குணம் இந்தளவு மாறிவிட்டது. பார்க்கும்போதெல்லாம் ஒரே ஒரு வார்த்தைதான் சொல்வார், ‘படி!’

அப்பாவிடம் நல்ல பெயர் வாங்க வேண்டும் என்றால் எப்போதும் படித்துக்கொண்டிருக்க வேண்டும். கொஞ்சம் நேரம் தொலைக்காட்சி பார்க்கக்கூட விடமாட்டார்.

அம்மா எல்லா தொலைக்காட்சித் தொடர்களும் பார்த்துக்கொண்டிருப்பார். அதில் எந்தத் தடையுமில்லை.

பள்ளி விட்டு வந்தால் சற்று நேரம் பேசிக்கொண்டிருப்பதற்குக்கூட யாருமில்லை.

தாத்தாவும் பாட்டியும் இங்கே வந்து இருந்தால் எவ்வளவு நன்றாக இருக்கும்! எப்போது வருவார்கள்?

ஊரையும் வீட்டையும் விட்டு தாத்தா எங்கும் வரமாட்டார். தாத்தாவை விட்டுவிட்டு பாட்டியும் வரமாட்டார்.

அப்புறம் என்ன செய்வது?

அப்பா எந்த நேரமும் அலுவலகத்தில்தான் இருப்பார்.

அம்மாவுக்கோ, எதற்குமே நேரம் இருக்காது. சமையலறை வேலை முடிந்தால் பிறகு தொலைக்காட்சியின் முன்னே அமர்ந்திருப்பார். இல்லையென்றால் பக்கத்து குடியிருப்பில் இருக்கும் மிது, சுராஜ், பார்வதி ஆகியோரின் அம்மாக்களுடன் அரட்டையடித்துக்கொண்டிருப்பார்.

அம்மா அவர்களிடம் எவ்வளவு நேசமாகப் பேசுகிறார். ஆனால் அவர்களைப் பற்றி அப்பாவிடம் குற்றம் சொல்லிக்கொண்டிருப்பார். இது என்ன குணமோ தெரியவில்லை.

பத்தாம் வகுப்பு முடித்த இரண்டு மூன்று பையன்கள், பெண்களின் பின்னால் சுற்றிக்கொண்டிருப்பது எல்லோருக்கும் தெரிந்துவிட்டது. அதைப் பெரிய பிரச்சினையாக்கிவிட்டார்கள். அதனால் அப்பா ஊரின் சமுதாயக்கூடத்துக்குச் சென்று விளையாட அனுமதிப்பதில்லை.

பாடப் புத்தகங்களைத் தவிர வேறு எதையும் வாசிப்பது அப்பாவுக்குப் பிடிக்காது.

ஆயினும் அப்பாவுக்குத் தெரியாமல் பள்ளி நூலகத்திலிருந்து புத்தகங்கள் எடுத்து ஒளித்து மறைத்துப் படித்தான். வாசிப்பு உலகத்தின் மகிழ்ச்சியை அறிந்த பிறகு அவன் மேலும் மேலும் புத்தகங்களால் ஈர்க்கப்பட்டான்.

அவனது மன உலகம் விரிவடையத் தொடங்கியது. அவன் வாசித்துத் தெரிந்துகொண்ட புதிய புதிய விஷயங்கள் அவனது கருத்துகளை மாற்றத் தொடங்கின.

பாடப் புத்தகங்களைப் படிப்பதைவிட கதை கவிதை நாடகம்போன்ற இலக்கியங்களை வாசிக்கவே அவனுக்கு அதிக ஆர்வம்.

அவன் நூலகத்துக்குச் செல்லும்போதெல்லாம் ஒவ்வொரு புத்தகமும் அவனைப் பார்த்து 'என்னை வாசி!' 'என்னை வாசி!' என்று அழைப்பதுபோலத் தோன்றும்.

பூக்களின் வாசனையைப்போல புதிய புத்தகங்களின் வாசனையும் அவனுக்குப் பிடித்திருந்தது. புத்தகங்கள் அவனது நம்பிக்கையைத் தூண்டின. அவன் மனதில் கனவுகளை விதைத்தன. பள்ளியிலேயே நூலகத்தில் அதிகமான புத்தகங்கள் எடுத்து வாசிப்பது அவன்தான். அவன் புத்தகங்களுடன் தோழமை கொண்டான்.

அவன் தனியாக இருக்கும்போது புத்தகத்தில் வரும் கதாபாத்திரங்களுடன் பேசினான். அவர்களின் துயரங்களையும் மகிழ்ச்சிகளையும் பற்றி நினைத்துக்கொண்டிருந்தான்.

கனவுகளுக்கு அர்த்தம் உண்டு என்று புத்தகங்கள் அவனுக்குச் சொல்லிக்கொடுத்தன.

அவனுக்கென்று கனவுகள் இருந்தன. அந்தக் கனவுகளில் அவன் பெரும்பாலும், புகழ் பெற்ற எழுத்தாளராக இருந்தான்.

வாழ்வதற்கு ஒரு வேலையும், வாசிக்கவும் எழுதவும் நேரமும் வேண்டும்.

வாசிக்கவும் எழுதவும் நேரம் இருக்கக்கூடிய ஒரு வேலையைக் கண்டுபிடித்துவிட முடியும் என்று அவனுக்கு முழுமையான நம்பிக்கை இருந்தது. பதினெட்டு வயதுக்குப் பிறகு போட்டித் தேர்வுகள் எழுத வேண்டுமென்று முடிவு செய்திருந்தான். பொது அறிவு பற்றிய விஷயத்தில் அவன் கெட்டிக்காரன்.

அவன் கனவுகள் நிறைவேறுமா?

பத்தாம் வகுப்பு படிக்கும்போது நுழைவுத் தேர்வுக்கான பயிற்சி ஆரம்பமானது.

ஞாயிற்றுக்கிழமைதோறும் காலை ஒன்பது மணி முதல் இரவு பத்து மணிவரை வகுப்பு. பிறகு எப்போதும் தேர்வுகள்.

அதற்கிடையில் பள்ளித் தேர்வுகள் வேறு. இனி மதிப்பெண்கள் குறைந்தால் அப்பா என்ன செய்வாரோ தெரியவில்லை. பேசியே சித்திரவதை செய்வார்.

அவனுக்கு மிகவும் சலிப்பாக இருந்தது.

அதனால் ஒருவித மனச்சோர்வும் துயரமும் அதிகரிக்கத் தொடங்கின. அவன் மனதில் நிறைய சந்தேகங்களும் கவலைகளும் நிறைந்தன. படிப்பது எதுவும் நினைவில் நிற்கவில்லை.

பாடப் புத்தகங்களை விரித்து வைத்துப் படிக்க முயற்சி செய்கிறான் என்றாலும் படித்தது எதையும் நினைவுகூர முடியவில்லை.

அடிக்கடி ஏற்படும் தலைவலியின் காரணத்தால் குறித்த நேரத்தில் ரெக்கார்டுகளை எழுதி முடிக்க இயலவில்லை.

ஆசிரியைகள் அவனைக் குற்றம்சாட்டினர்.

“உதவாக்கரை!” என்று அடிக்கடி அப்பா அவனை இகழும்போது, அது அவனை மேலும் மேலும் தாழ்வு மனப்பான்மையில் ஆழ்த்தியது.

‘ஏன் என்னால் படிக்க முடியவில்லை?’ என்று அவன் தன்னைத்தானே கேட்டுக்கொண்டான். பதில் கிடைக்கவில்லை.

வெளியே பைக் வந்து நிற்கும் சத்தம்.

அம்மா எழுந்து கதவைத் திறக்கும் ஓசை கேட்டது.

நினைவுகளிலிருந்து விடுபட்டு அவன் அவசரமாக எழுத ஆரம்பித்தான்.

அப்பா வழக்கம்போல அம்மாவிடம் விசாரிப்பது அவனுக்குக் கேட்டது:

“அவன் தூங்கிவிட்டானா?”

“இல்லை, படித்துக்கொண்டிருக்கிறான்.”

அப்பாவுக்குத் திருப்தி. அவர் பிறகு ஒன்றும் கேட்கவில்லை.

அப்பாவின் அறையில் விளக்கு அணைந்ததும் அவன் கட்டிலில் படுத்தான்.

ஒரு மெல்லிய தென்றல் அவனைத் தேடி வந்தது.

அவன் இமைகள் தூக்கத்தால் கனத்தன.

ஆகாயத்தில் தனியே பறக்கும் இரவுப் பறவை ஒன்றின் குரல் அவன் காதுகளில் விழுந்தது.

தன்னையறியாது அவன் மனதில் ஒரு துயரம் பெருகிவரும் முன்பே அவன் தூங்கிவிட்டிருந்தான்.

3

அரை வருடத் தேர்வு முடிந்த பிறகு ஒரு நாள் உமா டீச்சர் வகுப்பில் சொன்னார்:

“அடுத்த பதினைந்தாம் தேதி பிளஸ் ஒன், பிளஸ் டூ மாணவர்களை மைசூருக்கு சுற்றுலா அழைத்துச் செல்கிறோம். எல்லோரும் வர வேண்டும் என்றுதான் ஹெட்மாஸ்டர் சொல்லியிருக்கிறார். யாரும் வராமல் இருந்துவிட மாட்டீர்கள்தானே?”

டீச்சரின் வார்த்தைகளை மாணவர்கள் கைதட்டி ஆரவாரமாக வரவேற்றார்கள்.

அந்த நொடியில் கிரணின் மனதில் ஒரு கேள்வி எழுந்தது.

‘இந்தமுறையாவது அப்பா என்னை டூருக்கு அனுப்புவாரா?’

ஆறாம் வகுப்பு படிக்கும்போது மழம்புழாவுக்கு அனுப்பியதைத் தவிர வேறு எந்த சுற்றுலாவுக்கும் அவனை அனுப்பியதில்லை.

கஷ்டகாலம் என்றுதான் சொல்லவேண்டும், சுற்றுலா சென்று வந்த அடுத்த நாளே அவனுக்கு காய்ச்சல் வந்துவிட்டது.

அப்புறம் பள்ளியில் சுற்றுலா செல்லும்போதெல்லாம் அப்பா ஏதாவது ஒரு காரணம் சொல்லி அவனைத் தடுத்துவிடுவார்.

பத்தாம் வகுப்புக்கு வந்த பிறகு, ‘நேரத்தை வீணாக்காமல் நான்கு மார்க்கு அதிகமாக வாங்க முயற்சி செய்’ என்றுதான் அப்பா சொல்வார்.

எப்படியானாலும் இந்தமுறை சம்மதிக்காமல் இருக்க எந்தக் காரணமும் இருப்பதாகத் தெரியவில்லை. சின்னப் பையன் என்று சொல்லி தவிர்த்துவிட முடியாது அல்லவா.

அரும்பத் தொடங்கிய மீசையை வருடிக்கொண்டு அவன் யோசித்தான்.

வகுப்பிலிருந்து உமா டீச்சர் சென்ற பிறகு எல்லோரும் கூடிப் பேசத் தொடங்கினார்கள். நான்கு அல்லது ஐந்து பேரைத் தவிர மீதம் எல்லோரும் வீட்டில் எதிர்ப்பு இருக்காது என்று உறுதியுடையவர்கள்.

ராகின், நிசாந்த், திவ்யா ஆகியோர் கிரணிடம் வந்து சொன்னார்கள்:

“நீ கடந்தமுறை செய்ததுபோல வராமல் இருந்துவிடாதே. எப்படியானாலும் நீ வந்துதான் ஆக வேண்டும். வேண்டுமானால் நாங்கள் வந்து உன் அப்பாவிடம் சொல்கிறோம்.”

அவன் பதில் சொல்லவில்லை. சிரித்தபடி நின்றான். ஒவ்வொருவரின் முகத்திலும் அன்றே சுற்றுலா கிளம்புவதைப்போன்ற உற்சாகம் தெரிந்தது.

அவர்களைப்போன்ற நம்பிக்கையும் மகிழ்ச்சியும் அவனுக்கு இல்லை.

அப்பா என்ன சொல்வார் என்று கடவுளுக்கு மட்டுமே தெரியும். இப்படி ஒரு எண்ணம் அவன் மனதில் கடந்து சென்றாலும் கூடவே ஒரு நம்பிக்கையும் இருந்தது.

வரலாறும் வரலாற்றுச் சம்பவங்களும் அவனுக்கு விருப்பமான விஷயங்கள். நாட்டில் உள்ள எல்லா அரண்மனைகளுக்கும் சென்று பார்க்க வேண்டும் என்பது அவனது பெரிய ஆசை. மைசூரில் உள்ள அரண்மனையைப் பற்றியும் பிருந்தாவனத்தைப் பற்றியும் அவன் நிறையக் கேள்விப்பட்டிருக்கிறான். பயணங்கள் சென்று நிறையக் கற்றுக்கொள்ளவும் அனுபவங்கள் பெறவும் அவன் விரும்பினான்.

பயணங்கள், எழுதுவதற்கு மிகவும் உதவியாக இருக்கும் என்று அவனுக்குத் தெரியும்.

அதற்குமேற்பட்டு, நண்பர்களுடன் ஒன்றாகச் செல்வது மிகவும் மகிழ்ச்சியாக இருக்கும்! இதெல்லாம் அப்பாவுக்குப் புரியுமோ என்னமோ.

அப்பா சில நேரங்களில் நடந்துகொள்வதைப் பார்த்து, அவருக்கும் ஒரு குழந்தைப் பருவம் இருந்திருக்குமா என்று கிரணுக்கு சந்தேகமாக இருக்கும்.

‘கடவுளே, அப்பா எப்படியாவது என்னை டூருக்கு அனுப்பும்படி அவர் மனதை மாற்று!’ என்று பிரார்த்தித்தான். வகுப்பு முடிந்த பிறகும் மாணவர்கள் சுற்றுலா செல்லப்போவதைப் பற்றியே பேசிக்கொண்டிருந்தார்கள்.

வீட்டுக்குச் செல்லும் பேருந்தில் அமர்ந்திருக்கும்போது கிரண், சுற்றுலா செல்ல அப்பாவிடம் எப்படி அனுமதி வாங்குவது என்று சிந்தித்துக்கொண்டிருந்தான்.

முதலில் அம்மாவிடம் சொல்லிப் புரியவைக்க வேண்டும். அம்மா சொன்னால் அப்பா மறுக்க மாட்டார். இது அவனுக்குத் தெரியும்.

அம்மாவைச் சம்மதிக்க வைக்க என்ன வழி?

வழக்கமாக பள்ளி விட்டு வந்தவுடன் அவன் சீருடையைக் கழற்றாமல் அப்படியே மின்விசிறியை முழு வேகத்தில் சுழலவிட்டு கட்டிலில் படுத்துவிடுவான்.

அதற்காக அவன் திட்டு வாங்காத நாட்களே இல்லை. அப்படி செய்யக் கூடாது என்று நினைப்பான் என்றாலும், தன்னையறியாது அப்படியே செய்துவிடுவான். அவன் வேண்டுமென்று அப்படிச் செய்வதில்லை. பள்ளிவிட்டு வரும்போது அவன் அந்தளவு களைத்திருப்பான். பிறகு வீட்டுக்கு வந்ததும் படுக்காமல் என்ன செய்வது?

அழைப்புமணியை அழுத்தியதும் அம்மா வந்து கதவைத் திறந்தார்.

அம்மா பார்த்துக்கொண்டிருந்த தொலைக்காட்சித் தொடர் இன்னும் முடியவில்லை. அது முடிந்த பிறகுதான் அவனுக்கு தேநீர் கிடைக்கும். அவன் வழக்கத்துக்கு மாறாக சீருடையைக் கழற்றிவிட்டு, வீட்டில் அணியும் சாதாரண உடை அணிந்து

அம்மாவின் பக்கத்தில் நாற்காலியில் அமர்ந்தான். அம்மா அவன் முகத்தைக் கூர்ந்து பார்த்துக் கேட்டார்:

"என்ன ஆயிற்று? இன்று படுக்கவில்லையா?"

"இல்லை."

தொலைக்காட்சித் தொடர் முடிவதுவரை பொறுமையாக அம்மாவுடன் உட்கார்ந்திருந்தான்.

தொடர் முடிந்தது. விளம்பரங்கள் தொடங்கிய பிறகு அம்மா எழுந்து தொலைக்காட்சிப் பெட்டியை அணைத்தார். சமையலறையை நோக்கி நடந்தார்.

அவனும் அம்மாவின் பின்னால் சென்றான்.

"இப்படி இருக்க மாட்டாயே, என்ன விஷயம்? என்ன காரியம் நடக்க வேண்டும்?" அடுப்பு பற்ற வைக்கும்போது அம்மா கேட்டார்.

"அம்மா, நான் ஒரு விஷயம் சொன்னால் மறுப்பீர்களா?"

"இன்று நீ வித்தியாசமாக நடந்துகொள்ளும்போதே நினைத்தேன், உனக்கு ஏதோ காரியம் ஆக வேண்டியிருக்கிறது என்று." அவன் ஒன்றும் சொல்லாமல் இளித்தான்.

தேநீரையும் பிஸ்கட்டையும் சிறு மேசையில் வைத்து அம்மா கேட்டார்:

"உன் பிரச்சினை என்ன?"

"அடுத்த மாதம் பள்ளியிலிருந்து மைசூருக்கு டூர் போகிறார்கள். நானும் போகட்டுமா?"

"எவ்வளவு பணம் தேவைப்படும்?"

"மூவாயிரம் ரூபாய்."

"மூவாயிரம் ரூபாயா? கதை கெட்டது போ!" அடுத்த நொடியே அம்மா சொன்னார்:

"எப்படியானாலும் இந்த மாதம் நடக்காது. நிறைய செலவுகள் இருக்கின்றன. எல்.ஐ.சி.க்கு பத்தாயிரம் ரூபாய் கட்ட வேண்டும். என்ட்ரன்ஸ் கோச்சிங்குக்கு இரண்டாம்

தவணை பணம் கட்ட வேண்டும். இதற்கிடையில் உனக்கு மூவாயிரம் ரூபாய் கொடுப்பது கஷ்டம்."

"அம்மா, ப்ளீஸ்..." அவன் கெஞ்சினான்.

"என்னமோ எனக்குத் தெரியாது. அப்பா வந்ததும் கேட்டுப் பார்."

"நீங்கள் சொன்னால் அப்பா கேட்பார். அம்மா, ப்ளீஸ்... ப்ளீஸ்..." அவன் மீண்டும் கெஞ்சினான்.

"ஆகட்டும். நான் சொல்லிப் பார்க்கிறேன். ஆனால் உறுதியாகச் சொல்ல முடியாது."

அப்பாதான் வேலைக்குப் போகிறார் என்றாலும் வீட்டு நிர்வாகமெல்லாம் அம்மாதான். அம்மா சொன்னபடிதான் அப்பா செய்வார். இதை மனதில் வைத்துக்கொண்டு அவன் மீண்டும் சொன்னான்:

"என் வகுப்பில் எல்லோரும் போகிறார்கள். அப்பா மறுத்தாலும் நீங்கள்தான் எப்படியாவது சம்மதிக்க வைக்க வேண்டும்."

"அப்பா இன்று சீக்கிரமே வந்துவிடுவார். எங்கோ போக வேண்டும் என்று சொன்னார். அவர் வந்து நுழையும்போது நீ படிக்காமல் சும்மா இருந்தால் கோபப்படுவார்."

பிறகு அவன் அந்த இடத்தை விட்டு நகர்ந்தான்.

ஏதோ பாட்டை முனகிக்கொண்டு நம்பிக்கையுடன் தன் அறைக்குச் சென்றான்.

4

பத்துப் பதினைந்து நிமிடங்களுக்குப் பிறகு அப்பா வந்தார். வந்தவுடன் மின்விசிறியை சுழலவிட்டுக்கொண்டு நாற்காலியில் அமர்ந்தார்.

“கிரண் வரவில்லையா?” அதட்டலான குரலில் அம்மாவிடம் கேட்டார்.

“அவன் அறையில் இருக்கிறான்” என்றார் அம்மா.

கிரண், சட்டையின் பித்தான்களை இட்டுக்கொண்டே முகப்பு அறைக்கு வந்தான்.

“நேற்று உன்னை வகுப்பிலிருந்து வெளியேற்றிவிட்டார்களா?” அவனைப் பார்த்ததும் அப்பா சீற்றமாகக் கேட்டார்.

அவன் முகம் காகிதம்போன்று வெளுத்தது.

அவன் எதுவும் பேசவில்லை. தலைகுனிந்து நின்றான்.

“நான் கேட்டது உன் காதில் விழவில்லையா. இல்லை, ஊமையாகிவிட்டாயா?” அப்பா மீண்டும் கடுமையாகக் கேட்டார்.

அதுவரை பேசாமல் நின்றிருந்த அம்மா கேட்டார்:

“எதற்கு வெளியேற்றினார்கள்?”

“அதை உன் செல்ல மகனிடம் கேட்டுப்பார்!” அப்பா பற்களைக் கடித்தார்.

“என்னடா நடந்தது?” என்றார் அம்மா.

அப்போதும் அவன் எதுவும் பேசவில்லை.

"அவன் சொல்ல மாட்டான்" என்ற அப்பா ஒரு நொடி நிறுத்தினார். பிறகு பட்டென்று எழுந்து அவனை நோக்கி விரல் நீட்டிக் கத்தினார்:

"ஒழுங்காகப் படிக்கவில்லை என்றால் நீ பெரிய பையன் என்றெல்லாம் பார்க்க மாட்டேன். அடித்து நொறுக்கிவிடுவேன். என் குணம் உனக்குத் தெரியும்தானே?"

அப்பா தொடர்ந்து கடுமையாகத் திட்டினார். அதைக் கேட்டு மனம் வலித்தது. அவன் முற்றிலும் துவண்டுபோனான்.

தன்னைக் காட்டிக்கொடுத்தது யார் என்று யோசித்தான் கிரண்.

வீட்டுப்பாடம் செய்யாததால் அவன் வகுப்பிலிருந்து வெளியேற்றப்பட்டான். அவன் மட்டுமல்ல, பிரியாவும் அகிலும்தான் வெளியேற்றப்பட்டார்கள். இதை இவ்வளவு பெரிய காரியமாக எடுத்துக்கொள்ள வேண்டியதில்லை. இது வகுப்பில் வழக்கமாக நடப்பதுதான்.

வீட்டுப்பாடம் எழுதாமல் இருந்ததற்குக் காரணம் உண்டு. நேற்று அவனுக்கு லேசான தலைவலி இருந்தது. காலையில் எழுதலாம் என்று நினைத்துதான் படுத்தான். ஆனால், அறிவியல் தேர்வுக்குப் படிக்கும் வேலை இருந்ததால் இது மறந்துவிட்டது. வகுப்புக்குச் சென்ற பிறகு எழுதிக்கொள்ளலாம் என்று நினைத்தும் முடியவில்லை.

அப்பாவுடன் வேலை செய்யும் ரமேஷ் மாமாவின் மகள் சாரிகாவும் கிரணின் வகுப்பில்தான் படிக்கிறாள்.

அவள் பெரும்பாலும் வகுப்பில் முதலாவதாக வருவாள். அதனால் அதிக ஆணவமும் உண்டு.

மற்றவர்களுக்குக் கெடுதல் செய்வதில் கெட்டிக்காரி. மாணவர்கள் யாருக்கும் அவளைப் பிடிக்காது.

அவள் நல்ல மதிப்பெண்களெல்லாம் வாங்குவாள்தான், ஆனால் மற்ற விஷயங்களில் முதல் வகுப்புக் குழந்தைகளுக்கு இருக்கும் அறிவுகூட அவளுக்கு இல்லை. பாடங்களைப் புரிந்து

படிக்காமல் அப்படியே மனப்பாடம் செய்வதுதான் அவள் வழக்கம்.

அவன் அப்பா எப்போதும், 'சாரிகாவைப் பார்த்துக் கற்றுக்கொள்!' என்று சொல்வார்.

ஆனால் கிரணுக்கு, அவளைப்போல ஆக வேண்டும் என்று ஒருபோதும் தோன்றவில்லை.

ஆங்கிலத்தில் கிரணைத் தோற்கடிக்க என்றுமே சாரிகாவால் முடியவில்லை. ஆங்கிலப் பாடம் சொல்லிக்கொடுக்கும் ஸ்ரீகலா டீச்சர் எப்போதும் அவனை உற்சாகப்படுத்துவார்; பாராட்டுவார். அதனால் அவளுக்கு அவன் மீது மிகவும் பொறாமை. அவன் படிக்கும் புத்தகங்களைப் பற்றியும் அவனுக்குப் பிடித்தமான எழுத்தாளர்களைப் பற்றியும் டீச்சருக்குத் தெரியும்.

"ஜெயின் ஓஸ்ட்டன், ஷேக்ஸ்பியர், டால்ஸ்டாய், தஸ்தயேவ்ஸ்கிபோன்ற எழுத்தாளர்களையெல்லாம் இந்த வயதில் உன்னால் படிக்க முடிவது கடவுளின் ஆசிதான்!" என்று ஒருமுறை டீச்சர் வகுப்பில் அவனைப் பற்றிச் சொன்னார்.

அவனது இதுவரையிலான வாழ்க்கையில் அவன் பெற்ற மிகப் பெரிய அங்கீகாரம் இதுதான்.

"படிப்பைத் தவிர உனக்கு வேறு வேலை ஒன்றும் இல்லையே? பிறகு என்ன உனக்குப் பிரச்சினை?"

அப்பாவின் கோபமான கேள்வி, நினைவுகளிலிருந்து அவனை விழிக்கச்செய்தது.

அவன் அப்போதும் அசையாமல் மௌனமாக நின்றான். அவனைப் பார்ப்பதற்குப் பரிதாபமாக இருந்தது. ஏதாவது பதில் சொன்னால் அப்பா எப்படி நடந்துகொள்வார் என்று தெரியாதே.

நான்காம் வகுப்பு படிக்கும்போது நடந்த ஒரு சம்பவம் இப்போதும் அவனுக்கு நினைவிருக்கிறது. அதை நினைக்கும்போது இப்போதும் அவனது கன்னங்கள் எரியும். மறக்க முயன்றாலும் அந்த நினைவு அவன் மனதில் மேலெழுந்து வந்தது.

தினமும் அப்பா, அவனுக்கு என்னவெல்லாம் வீட்டுப்பாடம் இருக்கிறது என்று பார்ப்பார். பள்ளிவிட்டு வந்து தேநீர் குடித்த

பிறகு, கட்டாயம் வீட்டுப்பாடங்கள் செய்ய வேண்டும் என்று கண்டிப்பாக இருப்பார்.

அன்று அப்பா எங்கோ வெளியே சென்றிருந்தார். அவர் திரும்பி வருவதற்கு இரவாகிவிடும் என்று நினைத்து அவன் மைதானத்துக்கு விளையாடச் சென்றுவிட்டான்.

அவனது கெட்டகாலம், அவன் விளையாடுவதைப் பார்த்துக்கொண்டே அப்பா வந்தார்.

அவர் மைதானத்தில் வைத்து ஒன்றும் சொல்லவில்லை.

அப்பாவின் பின்னால் அவன் வீட்டுக்கு வந்தான். அப்பாவுக்குத் தெரியாமல் அறைக்குச் சென்றுவிட முயன்றபோது அம்மா உரக்கக் கேட்டார்:

"கால் கை கழுவிவிட்டாயா, கிரண்? வெளியே சென்றால் கால் கழுவிவிட்டுத்தான் உள்ளே வரவேண்டும் என்று எத்தனைமுறை சொல்லியிருக்கிறேன்!"

முன்னே வைத்த காலை அவன் பின்னால் எடுத்தான்.

வாசலில் இருக்கும் நீர்க்குழாயில் கைகால் கழுவிவிட்டு சட்டென்று உள்ளே சென்றான்.

அப்பா முகப்பு அறையில் அமர்ந்திருந்தார். அவரைப் பார்க்காததுபோன்று அவன் தன் அறைக்குச் சென்றான். தன் பள்ளிப் பையைத் திறந்து அம்மாவோ அப்பாவோ பரிசோதித்திருக்கிறார்கள் என்று அவனுக்குப் புரிந்தது. வீட்டுப்பாடம் செய்யவில்லை என்று அப்பா கண்டுபிடித்திருப்பாரோ?

அவன் யோசித்துக்கொண்டிருக்கும்போதே அப்பாவின் அழைப்புக் குரல் வந்தது:

"கிரண்..."

அந்த அழைப்பின் கடுமையை உணர்ந்து அவன் மனதில் ஒரு அச்சம் மின்னியது.

தயங்கித் தயங்கி அவன் அப்பாவின் முன்னால் வந்து நின்றான்.

“நீ வீட்டுப்பாடம் செய்தாயா?”

“செய்துவிட்டேன்...”

பட்டென்று அவன் நாக்கு நுனியில் வந்த வார்த்தை அதுதான்.

“எங்கே காட்டு.”

“அது...” அவன் தடுமாறினான்.

“செய்ய வேண்டியதைச் செய்யாமல் இப்போது பொய்வேறு சொல்கிறாயா?”

திடீரென்று அப்பா எழுந்து அவன் கன்னத்தில் ஓங்கி ஒரு அறைவிட்டார். அதை அவன் எதிர்பார்க்கவில்லை. அப்படியே தலை சுற்றி கீழே உட்கார்ந்துவிட்டான்.

அவன் வாசித்த ஏதோ புத்தகத்தில் வரும் கொடுமைக்கார அப்பாவின் முகம் நினைவில் வந்தது.

இனி அவன் என்ன செய்தாலும், ஏன், சற்றுத் தும்மினால்கூட குற்றமாகிவிடும். இதன் தீவிரம் குறைவதற்கு நான்கைந்து நாட்கள் ஆகும்.

அம்மா, சுற்றுலா பற்றிப் பேசவில்லை. அவனுக்குக் கேட்கவும் தோன்றவில்லை.

துயரத்தைவிட அவன் மனதில் கோபம் பொங்கி வந்தது.

அன்று அவன் வீட்டுப்பாடம் நிறையச் செய்யவேண்டியிருந்தது. ஆனால் அவன் எதையும் செய்யவில்லை.

அவன் மனதில் நிறையக் கனவுகள் இருக்கின்றன. அப்பாவும் அம்மாவும் ஏன் தன்னைச் சற்றும் புரிந்துகொள்ளவில்லை?

“இல்லை, அவர்கள் ஒருபோதும் புரிந்துகொள்ள மாட்டார்கள்!” அவன் தனக்குத்தானே சொல்லிக்கொண்டான்.

அவன் ரகசியமாக வைத்திருக்கும் குறிப்பேட்டில் தன் துயரங்களையும் கோபங்களையுமெல்லாம் ஒன்றுவிடாமல் விரிவாக எழுதினான்.

5

போகப்போக அவன் நாட்கள் விளையாட்டும் சிரிப்பும் பேச்சுகளும் அற்றுப்போயின. முடிந்தளவு அவன் மௌனமாக இருக்க முயன்றான்.

பழைய உற்சாகம் குறைந்துவந்தது. எல்லாவற்றின் மீதும் கோபம், எரிச்சல், எப்போதும் துயரம். அவன் குணத்தில் சின்னச்சின்ன மாற்றங்கள் ஏற்படத் தொடங்கின.

அம்மா என்ன சொன்னாலும் குதர்க்கமாகப் பேசினான்.

ஆழ் மனதில், அப்பாவுடனான ஒரு சண்டைக்கும் அவன் ஆயத்தமாக இருந்தான். அதிர்ஷ்டவசமாக மோதல்கள் எதுவுமற்று நாட்கள் கடந்து சென்றன.

இடையில் ஒரு நாள் அம்மா, அப்பாவிடம் கேட்டார்:

"கிரணின் முகத்தில் ஒரு மாற்றம் தெரிகிறதே, நீங்கள் கவனித்தீர்களா?"

"என்ன?"

"அவன் முகம் பார்ப்பதற்கு கடுமையாக இருக்கிறது. குரலில் ஒரு முரட்டுத்தனம் தெரிகிறது."

"இஷ்டப்படி தின்பதற்கும் உடுப்பதற்கும் அவனுக்குக் கிடைக்கிறது அல்லவா, அந்த

அகம்பாவம். இதற்கு என்ன செய்ய வேண்டும் என்று எனக்குத் தெரியும்.”

“அவன் முகத்தைப் பார்க்கும்போது எனக்கு என்னமோ பயமாக இருக்கிறது. அவனை டாக்டரிடம் காட்டினால் என்ன?”

“ஆமாம், இப்போது அதுதான் குறைச்சல்!”

அந்தப் பேச்சு அத்துடன் முடிந்தது.

அவன் மிகவும் மாறிக்கொண்டிருந்தான்.

மனதில் கோபமும் வெறுப்பும் நுரைத்துப் பொங்கும்போது அவன் அடிக்கடி நினைப்பான், ‘எங்காவது ஓடிப்போய்விட்டால் என்ன?’

‘எங்கே போவது?’

அவனுக்குத் தெரியவில்லை.

கற்பனையில் அவன் பலமுறை ரயில் நிலையத்துக்குச் சென்றான். வெகுதொலைவு செல்லும் ரயிலுக்கு பயணச்சீட்டு எடுத்து கடைசி நிறுத்தம்வரை சென்றான்.

‘நிறையப் பணம் சம்பாதித்து ஒருநாள் திரும்பி வர வேண்டும். அப்பா அவனுக்காக அன்றுவரை செலவழித்த பணம் முழுவதையும் கணக்குச் சொல்லி திருப்பிக் கொடுத்துவிட வேண்டும்.’ இப்படி அவன் மனதில் அடிக்கடிச் சொல்லிக்கொண்டான்.

‘இப்படியெல்லாம் நினைக்கலாமா? நான் நன்றாக இருக்க வேண்டும் என்பதற்காகத்தானே அப்பா எல்லாம் செய்கிறார்?’ என்றும் தன்னைத்தானே கேட்டுக்கொண்டான்.

‘என்ன செய்து கிழிக்கிறார்?’ அடுத்த நொடியே அவன் மனதில் எரிச்சல் நிரம்பியது. மற்ற பையன்களுடன் தன்னை ஒப்பிட்டு எப்போதும் இழிவாகத்தான் பேசுகிறார். அவனிடம் ஒருமுறையாவது நல்ல வார்த்தை பேசியதாக அவனுக்கு நினைவில்லை...

அவன் நடத்தை நாளுக்கு நாள் மாறியது.

அவனுக்கு நெருக்கடிகள் அதிகமானபோது நண்பர்களுடன் நெருங்கிப் பழகுவதைத் தவிர்த்தான்.

அதற்குக் காரணமும் இருந்தது.

அதிகம் நெருங்கினால் அவர்களின் எல்லா நிகழ்ச்சிகளுக்கும் அவனையும் அழைப்பார்கள். ஐஸ்கிரீம் கடை, நண்பர்கள் வீடு, திரையரங்கத்திற்கெல்லாம் அவர்கள் கூட்டாகப் போவார்கள். அவர்களின் பெற்றோர்கள் அதற்கெல்லாம் மறுப்புச் சொல்ல மாட்டார்கள்.

ஆனால் அவன் அப்பா எதற்கும் அவனுக்கு அனுமதி கொடுக்க மாட்டார். நண்பர்கள் அவனை அழைக்கும்போது, மானக்கேடு ஏற்படாமல் இருப்பதற்காக ஏதேனும் பொய் சொல்ல வேண்டியிருக்கும்.

நண்பர்கள் எல்லோரும் ஷாரூக்கான் நடித்த புதிய படம், தனுஷின் ‘கொலைவெறி’ பாட்டு, முகநூலில் பிரித்விராஜைக் கிண்டல் செய்யும் கொடூரமான கருத்து ஆகியவற்றைப் பற்றியெல்லாம் பேசிக்கொண்டிருப்பார்கள். பிறகு பெண்களின் பார்வைக்காகக் காத்திருப்பார்கள். அதுபோன்ற நேரங்களில் அவன் வெறுமனே சன்னல் வழியே வெளியே பார்த்துக்கொண்டிருப்பான். தன் மனதில் உருவாக்கிய உலகத்தில் உலவிக்கொண்டிருப்பான்.

தனிமையின் உலகத்தில் அவன் முற்றிலுமாக தனக்குள் மூழ்கிப்போனான். இதைவிட நல்லது இறப்பதுதான்.

மரணத்தின் மீது அவனுக்கு ஒருவிதமான விருப்பம் ஏற்படத் தொடங்கியது. பலவிதமான தற்கொலை முறைகளைக் குறித்து யோசித்தான்.

குத்துவிளக்குக்கு முன்னால் வெள்ளைத் துணியில் போர்த்திய தன் சவத்தின் எதிரே, தோற்றுப்போனவனின் முகத்துடன் கைகட்டி நிற்கும் அப்பாவை அவன் கற்பனையில் பலமுறை பார்த்தான்.

அப்போதும் அப்பாவின் முகத்தில் துயரம் இல்லை. தன் கனவு உடைந்துபோன கோபம் முகத்தில் இறுகியிருந்தது. தினமும் அவனது சுயமரியாதையை மிதித்து மிதித்து பாதாளம் அளவு

புதைத்துக்கொண்டிருந்தார் அப்பா. அறிந்தோ அறியாமலோ அவன் மனதில் கடும் ரணங்களை ஏற்படுத்திக்கொண்டிருந்தார். எல்லாம் அவன் நன்மைக்காகத்தானே சொல்கிறோம் என்ற நினைப்புதான் அப்பாவுக்கு. ஆனால், அதன் விளைவுகள் மோசமாக இருந்தன என்பது அவருக்குத் தெரியாது.

6

பள்ளிக்கூடத்தில் கலை விழா நடக்கிறது.

எல்லாவிதமான போட்டிகளும் உண்டு.

பாட்டு, கர்நாடக இசை, ஆங்கிலம் மற்றும் மலையாள மொழிகளில் கதை எழுதுதல் ஆகிய போட்டிகள் அனைத்திலும் கலந்துகொள்வதற்காக மாணவர்கள் உற்சாகத்துடன் தங்கள் பெயர்களைப் பதிவு செய்தார்கள்.

கிரணுக்கு எந்தப் போட்டியிலும் கலந்துகொள்ளத் தோன்றவில்லை.

போட்டிகளில் கலந்துகொள்ளும்படி பிரசாந்தும் மனுவும் அவனைக் கட்டாயப்படுத்தினார்கள். ஆயினும் தனக்குத் திறமை இல்லை என்ற எண்ணத்தால் அவன் எதற்கும் பெயர் கொடுக்கவில்லை.

கதை எழுதும் போட்டிக்கு ஸ்ரீகலா டீச்சர்தான் பொறுப்பாளர்.

வகுப்புக்கு வந்தபோது, ஸ்ரீகலா டீச்சர் கேட்டார்:

“என்ன, கிரண்? நீ ஏன் எந்தப் போட்டியிலும் கலந்துகொள்ளவில்லை?”

அவன் பதில்சொல்லவில்லை. அவன் எப்போதும் அப்படித்தான்.

தன்னால் கதை எழுத முடியும் எனும் எண்ணம் அவன் மனதில் இருந்தாலும், அதை வெளிப்படுத்துவதற்கு அவனுக்கு மிகவும் சோம்பல்.

அவன் நிறையக் கதைகள் எழுதி வைத்திருக்கிறான். ஆனால் அவற்றை யாரிடமும் காட்டுவதற்கு அச்சம்.

டீச்சர் சொன்னார்:

"எப்படியானாலும், கவிதைப் போட்டியிலும் கதைப் போட்டியிலும் உன் பெயரைச் சேர்க்கிறேன்."

"ஐயோ, வேண்டாம் டீச்சர்! நான் எழுதினால் நன்றாக இருக்காது."

"நீ எழுதிப்பார். நீதான் நிறையப் புத்தகங்கள் வாசிக்கிறாயே..."

அப்படித்தான் அவன் இரண்டு போட்டிகளிலும் சேர்ந்தான்.

முன் தயாரிப்புகள் ஏதும் இல்லாமல்தான் போட்டிக்கு எழுதினான். முப்பத்தைந்து போட்டியாளர்களுக்கு நடுவில் அமர்ந்து, 'கனவுகள்' எனும் விஷயத்தைப் பற்றி கதை எழுதினான். கொடுக்கப்பட்ட இரண்டு மணி நேரத்துக்குள் தன் மனதில் இருந்தவற்றை காகிதங்களில் இறக்கி வைத்தான்.

கவிதை எழுத வேண்டிய தலைப்பு, 'என் தவறு.'

எழுதத் தொடங்கும்போது அவனுக்குள் முளைத்த தங்கச் சிறகுகள் கொண்டு ஆகாயத்தில் எல்லையற்றுப் பறந்தான்.

இரண்டையும் எழுதி முடித்தபோது மனது பாரம் அற்று இலகுவாக இருந்தது. தனக்குப் பரிசு கிடைக்குமா, கிடைக்காதா என்றெல்லாம் அவன் யோசிக்கவில்லை.

போட்டியில் கலந்துகொண்டபோது, தன்னாலும் எழுத முடியும் எனும் தன்னம்பிக்கை அவன் மனதில் ஏற்பட்டது.

ஆங்கில வழியில் படித்தாலும் அவனால் மிகவும் சரளமாக மலையாளம் படிக்கவும் எழுதவும் முடியும்.

மலையாள எழுத்தாளர்கள் முகுந்தன், எம்.டி.வாசுதேவன்நாயர், வைக்கம் முகம்மது பஷீர் ஆகியோரின் புத்தகங்களை அவன் வாசித்திருக்கிறான்.

எல்லா மொழிகளும் படிக்க வேண்டும். எல்லா கலாசாரங்களைப் பற்றியும் அறிந்துகொள்ள வேண்டும் என்று அவன் விரும்பினான்.

எழுத்தாளர்கள் அருந்ததிராய், விக்ரம்சேத், சல்மான் ருஷ்டி ஆகியோரைப்போன்று ஆகவில்லை என்றாலும், சேத்தன் பகத்தைப்போன்ற ஒரு எழுத்தாளராக ஆகவேண்டும்; முழு நேரமும் எழுத்து உலகத்தில் வாழ வேண்டும் என்று ஆசைப்பட்டான்.

ஐ.ஐ.டி.யில் பொறியியல் பட்டமும், ஐ.ஐ.எம். மில் எம்.பி.ஏ. பட்டமும் பெற்றவர் சேத்தன் பகத். ஹாங்காங்கில் தான் பார்த்துவந்த உயர்ந்த வேலையை விட்டுவிட்டு முழு நேர எழுத்தாளர் ஆனார். இவரது எழுத்துகள்தான் கிரணுக்கு மிகவும் தூண்டுல் அளிக்கின்றன.

ஏதாவது நிறுவனத்தில் பொறியாளராக பணியில் சேர்ந்து படிப்படியாக உயர்ந்து சொத்துகள் சம்பாதித்து சமூகத்தால் மதிக்கப்படுவதுதான் வாழ்க்கை என்று அப்பா நினைத்துக்கொண்டிருக்கிறார். இப்போதிருந்தே அதற்கான செயல்பாடுகளை ஆரம்பித்துவிட்டார்.

அப்பாவின் அறிவுரைகளைக் கேட்டுக் கேட்டு சலித்துவிட்டது.

தன் அனுபவங்களிலிருந்து கற்றுக்கொண்ட பாடங்களைத்தான் எனக்குச் சொல்கிறாராம்.

என் விருப்பப்படிதான் நீ வாழ வேண்டும் என்று அப்பா சொல்லும்போது, என் கனவுகளுக்கு எந்த மதிப்பும் இல்லையா?

மேல்நிலை முதலாம் ஆண்டு படிக்கும் ஒரு மாணவனைப்போல அவன் சிந்திக்கவில்லை. அதைவிட மேலாக சிந்திப்பதற்கும் எல்லைகள் அற்று கனவு காண்பதற்கும் புத்தகங்கள் அவனுக்குக் கற்றுக்கொடுத்திருந்தன.

அப்பாவும் அம்மாவும் கொஞ்சம் புரிந்துகொண்டிருந்தால் நன்றாயிருந்திருக்கும்...

இதை நினைத்தபோது பொங்கிய கோபத்தையும் துயரத்தையும் நெஞ்சில் அடக்கிக்கொண்டான்.

அது ஒரு ஆணவமாக அவன் உள்ளே வளரத் தொடங்கியது.

‘அப்பா என்ன வேண்டுமானாலும் சொல்லிக்கொள்ளட்டும். என் மனதில் தோன்றுவதைத்தான் நான் செய்வேன்’ என்று நினைத்தான்.

7

பனிக்காலம் தொடங்கியது. கடுங்குளிர். காலையில் அவனுக்கு படுக்கையிலிருந்து எழவே தோன்றவில்லை.

கம்பளியால் போர்த்திக்கொண்டிருந்தாலும் குளிர் தாங்காமல் நடுங்கினான். மீண்டும் மீண்டும் அலாரம் அடித்தாலும் அவன் எழவில்லை. கால்முதல் தலைவரை மூடிக்கொண்டு படுத்திருந்தான். இரவு முழுவதும் அவன் கெட்ட கனவுகளின் கோட்டைக்குள் இருந்தான். அடிக்கடி விழித்துக்கொண்டதால் சரியாகத் தூங்கவில்லை.

அதிகாலையில்தான் சற்றுத் தூங்கிவிட்டான்.

அப்பா அவனை தூணில் கட்டிவைத்து சாட்டையால் அடிக்கிறார். அவன் வலி தாங்காமல் துடித்துக் கதறினான். எவ்வளவுதான் கத்தினாலும் சத்தம் வெளியே வரவில்லை. தொண்டை அடைபட்டுவிட்டது.

அப்பா எதற்கு அடிக்கிறார்? அவனுக்குப் புரியவில்லை. அப்பா ஒரு ராட்சசனைப்போல வளரத் தொடங்கியிருந்தார்.

அவர் தலை ஆகாயம் அளவு உயரமாக வளர்ந்திருந்தது. அவர் உடல் நிறையக் கைகள் முளைத்திருந்தன. அந்தக் கைகளில் எல்லாம் பெல்ட்டுகள். அந்தப் பெல்ட்டுகளால் அவனை ஓங்கி ஓங்கி அடிக்கிறார். அவன் உடல் கிழிந்து ரத்தம் பீறிட்டு அடிக்கிறது. யார்

யாரோ பார்த்துக்கொண்டு நிற்கிறார்கள். அப்பாவின் ராட்சச உருவத்தைப் பார்த்துப் பயந்து யாரும் நெருங்கவில்லை.

“இப்படி காட்டுத்தனமாக அடித்தால் குழந்தை செத்துவிடுவானே! உனக்கு என்ன பைத்தியமா பிடித்துவிட்டது?”

இது யாரின் குரல்? பாட்டியுடையதா?

“பாட்டி!”

அவன் உரக்கக் கத்தினான்.

குரல் வெளியே வரவில்லை. தொண்டைக்குள்ளேயே அமுங்கிவிட்டது.

அப்போது கதவைத் திறந்துகொண்டு உள்ளே வந்த அம்மா கேட்டார்:

“என்ன, இன்று பள்ளிக்கூடம் போகவில்லையா?”

அவன் அதைக் கேட்கவில்லை. வலியால் துடித்துக்கொண்டிருந்தான்.

திகைப்புடன் கண் திறக்கும்போது வியர்வையால் அவன் உடல் முழுதும் நனைந்திருந்தது.

“எழுந்திருக்கிறாயா, இல்லை தலையில் தண்ணீர் ஊற்றவா?” அறை வாயிலருகில் நின்று அம்மா கேட்டார்.

“எனக்கு உடம்புக்கு முடியவில்லை, அம்மா...” அவன் மேலும் நன்றாக இழுத்துப் போர்த்திக்கொண்டு சோர்வுடன் சொன்னான்.

“என்ன ஆயிற்று?” அம்மா அவன் கட்டிலருகில் வந்தார். போர்வையை விலக்கி அவனைத் தொட்டுப்பார்த்தார்.

அம்மா உடனே அப்பாவை அழைத்தார். அப்பாவும் வந்து தொட்டுப்பார்த்துவிட்டுச் சொன்னார்:

“கடுமையான காய்ச்சல் இருக்கிறது.”

வேலைக்குப் போகும் முன்பு அப்பா அவனை கம்பெனி மருத்துவரிடம் அழைத்துச் சென்றார்.

மருத்துவர் சொன்னார்:

“பயப்பட ஒன்றுமில்லை, பருவநிலை மாறியதால் காய்ச்சல் வந்திருக்கலாம். நான்கு நாட்கள் ஓய்வெடுக்கட்டும்.”

உண்மையில், அவன் மனதுக்குள் மகிழ்ந்தான். எப்போதும் படி,படி எனும் அவர்களின் தொல்லையிலிருந்து நான்கு நாட்கள் விடுதலை. எல்லாம் மறந்து நன்றாகத் தூங்கி எத்தனை நாளாகிறது. ஆயுர்வேதம், ஆங்கில மருத்துவம், நாட்டுவைத்தியம் எல்லாம் சேர்த்து அம்மா அவனுக்குச் சிகிச்சையளித்தார்.

எந்த வைத்தியமுறையால் நோய் விரைவில் குணமாகும் என்று தெரியாதல்லவா?

அவன் வகுப்புக்குச் செல்ல முடியாமல்போனதில் அப்பாவுக்கு மிகவும் வருத்தம்.

இரண்டு நாட்களில் காய்ச்சல் குணமானது. ஆனாலும் உடலில் ஒரு சோர்வு. கொஞ்சம் தூரம் நடந்தாலும் மயக்கம் வருவதுபோலிருந்தது. தனிமையின் வேதனையுடன் அவன் கட்டிலிலேயே படுத்திருந்தான்.

அன்று அப்பாவுக்குப் பகல் நேர வேலை.

அவர் வெளியே யாரிடமோ பேசிக்கொண்டிருப்பது கேட்டது.

இன்று முன்னேரத்திலேயே வந்துவிட்டார். ஓவர்டைம் செய்யவில்லை.

என்ன ஆயிற்று என்று யோசிப்பதற்கு முன்பே அம்மா கதவைத் திறப்பதும் அப்பா பேசுவதும் கேட்டது:

“அப்புறம் காய்ச்சல் இல்லையே?”

“இல்லை. ஆனாலும் மிகவும் களைப்பாக இருக்குமென்று தோன்றுகிறது. இன்று கட்டிலிலிருந்து எழவில்லை” என்று அம்மா சொன்னார்.

அப்பா வந்து அவனைத் தொட்டுப்பார்த்துவிட்டுச் சொன்னார்:

“காய்ச்சல் விட்டுவிட்டது. உடல் பச்சைத் தண்ணீர்போல இருக்கிறது.”

அவன் அறையிலிருந்து வெளியே வந்து, அம்மாவிடம் ஒரு உறையை நீட்டியபடி அப்பா சொன்னார்:

"இதை நான்கைந்துமுறை தண்ணீரில் கலக்கிக் கொடு. விரைவில் சோர்வு அகன்றுவிடும்."

'அப்பாவுக்குத்தான் நம்மீது எவ்வளவு அன்பு!' என்று அவன் மனதில் நினைத்தான்.

'இந்த அப்பாவைப்போய் வெறுத்தோமோ' என்று குற்ற உணர்ச்சி தோன்றியது.

பிறகு அப்பா, அம்மாவிடம் சொன்னார்:

"இரண்டு நாட்கள் வகுப்பில் கொடுத்த நோட்ஸ் சாரிகாவிடம் இருக்கும். அதை வாங்கிக்கொண்டு வந்தால் என்ன? அதைப் பார்த்து இப்போது எழுதிவிட்டு இரவில் திருப்பிக் கொண்டுபோய் கொடுத்துவிடலாம்."

"மிகவும் துவண்டுபோய் இருக்கிறானே, இப்போது அவனால் எழுத முடியுமா?" அவன் முகத்தைப் பார்த்துக்கொண்டு அம்மா கேட்டார்.

அவன் ஒன்றும் பேசவில்லை. தலைக்குள் இப்போதும் கிறுகிறுப்பாகத்தான் இருந்தது.

தனக்குக் களைப்பாக இருக்கிறது என்று சொன்னால் அப்பா திட்டுவாரோ என்று அவனுக்குப் பயம்.

அதற்குப் பதில் சொல்வதைப்போல அப்பா சொன்னார்:

"குளுக்கோஸ் குடித்தால் களைப்பு போய்விடும்."

அப்பா எழுந்தார்.

கதவைத் திறந்து வெளியே சென்றார்.

மோட்டார் சைக்கிளைக் கிளப்பும் ஓசை அவன் காதுகளில் விழுந்தது.

தாங்க முடியாத சோர்வுடன் அவன் கட்டிலில் சாய்ந்திருந்தான். அப்போது எதன் காரணமாகவோ அவனுக்கு அழுகை வந்தது.

"ஒரு கிளாஸ் குளுக்கோஸ் குடிக்கிறாயா? களைப்பு போய்விடும்." அம்மா பாசமாகக் கேட்டார்.

“எனக்கு வேண்டாம்.” அவன் முரட்டுத்தனமாகச் சொன்னான்.

“நீ குடிக்கவில்லை என்றால் அப்பா என்னை அடிப்பார்.”

அவன் எதுவும் பேசவில்லை. சன்னலில் வெளியே பார்த்துக்கொண்டு படுத்திருந்தான். தெளிவான வெயில். கொஞ்சம்கூட காற்று இல்லை.

அறைக்குள் மிகவும் வெப்பமாக இருக்கிறது! தன்னையறியாது அவன் கண்கள் மூடிக்கொண்டன.

மீண்டும் மோட்டார் சைக்கிள் சத்தம் கேட்டுத்தான் அவன் விழித்தான். அப்பா திரும்பிவிட்டார். அம்மாவிடம் எதுவும் பேசவில்லை.

கதவைத் திறந்து உள்ளே வந்ததும் சாரிகாவின் நோட்டுப் புத்தகத்தைப் புரட்டிக்கொண்டே அப்பா சொன்னார்:

“இங்கே பார், சாரிகாவின் கையெழுத்து எவ்வளவு அழகாக இருக்கிறது! அச்சடித்ததுபோல இருக்கிறது. அவள் தன் நோட்டுப் புத்தகத்தை எவ்வளவு நேர்த்தியாக வைத்திருக்கிறாள்!”

அவன் யோசித்தான். அப்பாவின் பார்வையில், மனப்பாடம் செய்பவர்களும் நல்ல கையெழுத்து உள்ளவர்களும்தான் திறமைசாலிகள்.

அப்படி அல்லாதவர்களும் தங்களுக்குப் பிடித்த விஷயங்களில் ஈடுபட்டு புகழ் பெறுகிறார்கள். கடவுளே, இதை அப்பாவுக்கு யார் சொல்லிப் புரியவைப்பார்?

அடுத்த நொடியே அப்பா மற்றொரு வெடிகுண்டை எறிந்தார்:

“அறிவியல் வினாடிவினாவில் சாரிகாவுக்குத்தான் முதல் பரிசு!”

பட்டென்று அவன் மனதில் ஒரு எண்ணம் வந்தது: ‘கதை கவிதைப்போட்டிகளின் முடிவு வந்திருக்குமா? யாரும் போன் செய்யக்கூட இல்லையே. அவர்கள் எப்படிப் பேசுவார்கள்?’

அவனுக்கு யார் போன் செய்தாலும் அப்பாவுக்குப் பிடிக்காது. படிக்க வேண்டிய நேரத்தையெல்லாம் போன் பேசி வீணாக்குகிறார்கள் என்று சொல்வார்.

அப்பாவின் நாகரிகமற்ற பதிலைக் கேட்டுக் கேட்டு, இப்போதெல்லாம் நண்பர்கள் அவனை அழைப்பதே இல்லை. போட்டிகளில் கலந்துகொண்டபோது, பரிசு கிடைக்கும் என்ற எதிர்பார்ப்பு ஒன்றுமில்லை. ஆயினும் இப்போது சிறியதொரு ஆவல். நாளை சென்றால் தெரியும். அவனை எண்ணங்களிலிருந்து விடுவித்தவாறு அம்மா அவன் முன்னால் குளுக்கோஸ் டம்ளரை நீட்டினார்.

அதை வாங்கி ஒரே வாயில் குடித்துவிட்டு டம்ளரை அம்மாவிடம் திருப்பிக் கொடுத்தான். பிறகு மெல்ல சாரிகாவின் நோட்டுப் புத்தகத்தை எடுத்து விரித்தான். அடித்தல் திருத்தல் இல்லாமல் சுத்தமாகவும் அழாகவும் எழுத வேண்டும் என்று நினைத்தான்.

ஆனால் அவன் கரங்கள் துவண்டன. அவன் குனிந்து நோட்டுப் புத்தகத்தின் மீதே தலை வைத்துப் படுத்தான். அவன் கண்கள் தாமாக மூடிக்கொண்டன. அந்த நேரத்தில் கெட்ட கனவுகள் வரத் தொடங்கின.

8

அரையாண்டுத் தேர்வு முடிந்து கொஞ்சம் நாட்களுக்குப் பிறகு, தேர்வு எழுதிய தாள்கள் கிடைத்தன. அவனுக்கு வியப்போ வருத்தமோ எதுவுமில்லை. அவன் எதிர்பார்த்த மதிப்பெண்கள் கிடைத்திருந்தன.

ஆங்கிலத்திலும் இந்தியிலும் தொண்ணூற்று ஐந்து சதவிகிதத்துக்கும் மேல் மதிப்பெண்கள் கிடைத்திருந்தாலும், மற்ற பாடங்களில் வெற்றி பெறத் தேவையான அளவு மட்டுமே மதிப்பெண்கள் கிடைத்திருந்தன.

வகுப்பில் மற்ற மாணவர்களுடன் ஒப்பிடும்போது அது அவ்வளவு ஒன்றும் மோசமில்லை.

அப்பாவிடம் எப்படி இந்த மதிப்பெண்களைக் காட்டுவது?

மாணவர் முன்னேற்ற அறிக்கை வாங்குவதற்கு அப்பா பள்ளிக்கு வந்தே ஆகவேண்டும்.

வகுப்பு ஆசிரியை கணக்குப் பாடம்தான் எடுப்பார். கணக்கு அவனுக்கு சற்றும் விருப்பமற்ற பாடம். அதனால் அந்த டீச்சரின் எதிர்பார்ப்பை அவனால் நிறைவேற்ற முடியவில்லை.

தன் கேள்விக்கு அவன் பதில் சொல்லாமல் நிற்கும்போது அவர் திட்டுவார்:

“நீ வேறு பாடம் எடுத்து மாறியிருந்தால் எனக்கு இந்தத் தொல்லை இருந்திருக்காதே...”

அவன் எதுவும் பேசாமல் தலை குனிந்து நிற்பான்.

கணக்கில் கஷ்டப்பட்டு தேறிய நிலையில், மாணவர் முன்னேற்ற அறிக்கை வாங்குவதற்கு அப்பா வரும்போது, டீச்சர் எல்லா விஷயங்களையும் அவரிடம் விரிவாகச் சொல்வார்.

தேர்வு எழுதிய பதில் தாள்களை அப்பாவிடம் காட்டாமல் இரண்டு மூன்று நாட்கள் இருந்தான். டீச்சர் தினமும், பெற்றோர் கையெழுத்துப் போட்ட பதில் தாள்களைக் கேட்டுக்கொண்டிருந்தார். கிரணைத் தவிர நான்கைந்து பேர்தான் இன்னும் கொடுக்கவில்லை.

இனியும் கொண்டு வராதவர்களை பள்ளித் தலைமையாசிரியரிடம் அழைத்துப் போகும் நிலை வந்தவுடன்தான், கையெழுத்துப் போடுவதற்காக அப்பாவிடம் தேர்வுத் தாள்களைக் கொடுத்தான்.

எல்லாவற்றையும் பார்த்துவிட்டு அப்பா தலையில் கைவைத்தபடி நீண்ட நேரம் அமர்ந்திருந்தார். பிறகு தன் கனவுகளை எல்லாம் தகர்த்து தனக்கு அவமானத்தை ஏற்படுத்திய மகனை எதிரியைப்போல கோபத்துடன் பார்த்தார்.

எதையும் பார்க்காமல் கண்டபடி கையெழுத்துப் போட்டுக்கொண்டிருக்கும்போது வெறுப்புடன் சொன்னார்:

“படிக்க முடியவில்லை என்றால் படிப்பை நிறுத்திவிடு.”

“சயின்ஸ் குரூப்பில் படிக்க முடியாதென்று நான் அன்றே சொன்னேனே. நீங்கள்தான் கேட்கவில்லை. என்னால் முடியாததை எப்படி நான் செய்ய முடியும்? படித்தால் நினைவில் நிற்க வேண்டாமா?” என்று சொல்லத்தான் நினைத்தான். ஆனால் எதுவும் பேசவில்லை. அமைதியாக நின்றான்.

அவன் அப்படி மெத்தனமாக நின்றிருந்தது அப்பாவின் கோபத்தை மேலும் அதிகப்படுத்தியது.

“வகுப்பில் மற்ற மாணவர்களுக்குச் சொல்லிக்கொடுப்பதுபோலத்தானே உனக்கும் சொல்லிக்கொடுக்கிறார்கள்? அவர்களுக்கெல்லாம் நல்ல

மதிப்பெண்கள் கிடைக்கின்றன. உன் தலைக்குள் என்ன களிமண்ணா இருக்கிறது?"

இப்போது என்ன சொன்னாலும் அப்பாவுக்குக் கோபம் வரும். பிறகு அவன் என்னதான் செய்வான்?

கோபம் தீராமல் அப்பா, அம்மாவை நோக்கித் திரும்பினார்:

"மானத்தை வாங்கிவிட்டானே இந்த முட்டாள் கழுதை! பிராகரஸ் கார்டு வாங்கப் போகும்போது டீச்சர் என்னென்ன சொல்வார் தெரியுமா?"

"இவன் எல்லா நேரமும் புத்தகத்தை விரித்து வைத்துக்கொண்டு உட்கார்ந்திருக்கிறானே? பிறகு என்ன ஆயிற்று என்று தெரியவில்லையே?" அம்மாவுக்கு இதுதான் சந்தேகம்.

"விருப்பத்துடன் படித்தால்தானே தலையில் நிற்கும். இவன் படிப்பது முழுதும் தேவையில்லாத புத்தகங்கள்தானே? இனிமேல் பாடப் புத்தகங்களைத் தவிர வேறு ஏதாவது புத்தகங்கள் படிப்பது என் கண்ணில் பட்டால் நான் அதை எரித்துவிடுவேன், பார்த்துக்கொள்!" எச்சரிக்கை விடுப்பதுபோல அப்பா அவனைப் பார்த்து விரல் நீட்டிச் சொன்னார்.

இரண்டு நாட்களுக்குப் பிறகு குறிப்பிட்ட தேதியில் முன்னேற்ற அறிக்கை வாங்குவதற்காக அப்பா பள்ளிக்கு வந்தார். வகுப்பில் படிக்கும் அத்தனை மாணவர்களின் பெற்றோர்களும் காப்பாளர்களும் வந்திருந்தார்கள்.

அவர்கள் தங்களுக்குள் அவரவர் பிள்ளைகளைப் பற்றிய நல்ல விஷயங்களையும் கெட்ட விஷயங்களையும் பேசிக்கொண்டார்கள்.

மதிப்பெண்கள் குறைந்துபோன பிள்ளைகளின் பெற்றோர் முகங்கள் மங்கியிருந்தன.

"குழந்தைகள் படிக்காமல் இருந்தால் நம்மால் என்ன செய்ய முடியும்?"

ராகியின் அப்பா ஒரு பொது தத்துவம்போலச் சொன்னார்.

ராகிக்கு அவனைவிட மதிப்பெண்கள் குறைவு. அவனுக்கு முன்னால் ராகியின் முறை.

அவனும் அவன் அப்பாவும் டீச்சரிடம் சென்றார்கள்.

சாரிகாவின் அப்பா அவனிடம் சொன்னார்:

"இப்படி இருந்தால் போதாது. நன்றாகப் படிக்க வேண்டும்."

சாரிகா இவரிடம் எல்லாவற்றையும் சொல்லியிருப்பாள். அதனால்தான் இவர் இப்படிச் சொல்கிறார்.

இந்த அறிவுரைதான் இப்போது குறைச்சல் என்று மனதில் வெறுப்புடன் நினைத்தான் கிரண்.

அதிர்ஷ்டவசமாக அப்பா எதுவும் பேசவில்லை. ஆயினும் அவர் முகத்தில் கோபம் தெரிந்தது.

அவன் நினைத்ததுபோலவே டீச்சர் அப்பாவிடம், அவனது மதிப்பெண்கள் குறைந்ததைப் பற்றிக் கடுமையாகவும் இகழ்ச்சியாகவும் சொன்னார்:

"நீங்கள் வீட்டில் இவன் மீது கவனமாக இல்லாததுதான் இதற்கெல்லாம் காரணம்" என்றும் டீச்சர் சொன்னார். அப்பா எல்லாவற்றையும் கேட்டுக்கொண்டு அமைதியாக இருந்தார். ஒரு வார்த்தைகூடப் பேசவில்லை.

"வீட்டில் எப்போதும் படித்துக்கொண்டுதான் இருக்கிறான், டீச்சர். நான் இவனிடம் மிகவும் கண்டிப்பாகத்தான் இருக்கிறேன். என்ன ஆயிற்று என்று தெரியவில்லை. இனிமேல் கவனமாக இருக்கிறேன்."

எழும்போது, அடக்கிவைத்த கோபத்தால் அப்பாவின் முகம் சிவந்திருப்பதுபோலத் தோன்றியது. அவனை எரித்துவிடுவதுபோலப் பார்த்தார். அதை எதிர்கொள்ள முடியாமல் அவன் தலையைத் திருப்பிக்கொண்டான். வகுப்புக்கு வெளியே வந்து வராந்தாவில் நடக்கும்போது ஸ்ரீகலா டீச்சர் எதிரே வந்தார்.

"வாழ்த்துகள், கிரண்! கதைப் போட்டியிலும் கவிதைப் போட்டியிலும் உனக்குப் பரிசு கிடைத்திருக்கிறது!"

பிறகு டீச்சர் அப்பாவைப் பார்த்துச் சொன்னார்:

"உங்கள் பையன் திறமைசாலி!"

“இதை கணக்கு டீச்சரும் சொன்னார்” என்றார் அப்பா. அவர் இப்படி கேலியாகச் சொல்லும்போது அவர் முகம் மேலும் சிவப்பதை அவன் பார்த்தான்.

அந்த நொடியில் அப்பாவைக் கொல்ல வேண்டுமென்ற பெருங்கோபம் அவன் மனதில் கொந்தளித்தது.

9

அரங்கத்தை நோக்கிச் செல்லும்போது மாணவர்கள் மிகவும் உற்சாகமாக இருந்தார்கள். 'சலிப்பான வகுப்பறையிலிருந்து இரண்டரை மணி நேரம் விடுதலை' என்றுதான் எல்லோரும் நினைத்தார்கள்.

'அப்பாடா! கணக்கு டீச்சரின் வகுப்பில் இருக்க வேண்டிய அவசியம் இல்லை!' இதைவிட மகிழ்ச்சி தரக்கூடிய விஷயம் கிரணுக்கு வேறு எதுவும் இல்லை.

நடந்துகொண்டிருக்கும்போது ரஜனி சொன்னாள்:

"கடவுளே, இரண்டரை மணி நேரம் கூச்சலைக் கேட்டுக்கொண்டிருக்க வேண்டுமே. அதை நினைத்தால்தான் எனக்கு இப்போதே தலையைச் சுற்றுகிறது."

"எப்படியானாலும், சுலோசனா டீச்சரின் வகுப்பில் இருப்பதைவிட நல்லதுதான்!" என்று பிரவீன் சொன்னான்.

வகுப்பு எடுக்கவிருப்பவரை அரங்கத்தில் கூடியிருந்த மாணவர்களுக்கு ஸ்ரீகலா டீச்சர்தான் அறிமுகப்படுத்தினார். அவர் பிறந்ததும் படித்ததுமெல்லாம் பெங்களூரில்.

பள்ளியில் இருக்கும் வேறு எந்த ஆசிரியரையும்விட நன்றாகப் பாடம் நடத்துவார் ஸ்ரீகலா டீச்சர். மேடையில் சிறப்பாகப் பேசுவார்.

நிறையப் புத்தகங்கள் படிக்கும் அவரிடமிருந்து வார்த்தைகள் கவிதைபோலப் பெருகும்.

அதைக் கேட்பதற்கு மிகவும் சுவாரஸ்யமாக இருக்கும். இதைப் பார்த்து மற்ற ஆசிரியைகள் மிகவும் பொறாமைப்படுவார்கள். குறிப்பாக கணக்கு ஆசிரியை.

பொதுவாக எல்லா மாணவர்களும் தேர்வில் மோசமாகத்தான் இருந்தார்கள். அதனால்தான் பட்டென்று ஒரு சிறப்பு வகுப்பு.

இப்படிப்பட்ட வகுப்புகள் கிரணுக்கு மிகவும் பிடிக்கும். வகுப்பு முடிவதுவரை கவனமாகக் கேட்டுக்கொண்டிருப்பான்.

சில சமயம் டீச்சர் பேசுவது அவனுக்குத் தெரிந்த விஷயங்களாகத்தான் இருக்கும். ஆயினும் தெரிந்த விஷயத்தை மனதில் நன்றாகப் பதியும்படி மற்றொருவர் சொல்லும்போது, அதைப் பற்றி மேலும் சிந்திக்கவும் அப்படிச் செய்துபார்க்கவும் தோன்றும். இந்த மனநிலை சில நாட்களுக்காவது இருக்கும்.

“உங்களிடம் உள்ள திறமையை நீங்கள் கண்டுபிடிக்கவும், நீங்கள் உயரங்களை நோக்கிச் செல்ல உங்களின் தன்னம்பிக்கையைத் தட்டி எழுப்பவும் பூமிநாதன் சாரின் வகுப்பு உங்களுக்கு உதவட்டும்!” என்று வாழ்த்தி ஸ்ரீகலா டீச்சர் நிறுத்தியபோது கரகோஷத்தில் அரங்கம் அதிர்ந்தது.

கைதட்டும்போது சிலர் என்னென்னமோ கருத்துகள் சொன்னார்கள். சிலர் அப்படித்தான். எந்த விஷயத்திலும் முரணாகத்தான் சிந்திப்பார்கள்.

பூமிநாதன் சார் எழுந்து மேடைக்கு வந்தார்.

புன்னகையுடன் ஒருநொடி சபையைப் பார்த்தார்.

அவரது மந்திரசக்திக்குக் கட்டுப்பட்டதுபோல சபையே அமைதியானது. ஊசி விழுந்தால்கூட கேட்கும்போலிருந்தது.

ஸ்ரீகலா டீச்சர் பேசியதற்கு நன்றி தெரிவித்துவிட்டு பூமிநாதன் சார் பேசத் தொடங்கினார். புகழ் பெற்றவர்களின் வார்த்தைகளை மேற்கோள் காட்டிப் பேசினார். அவரது பேச்சு ஒவ்வொருவரின் மனதிலும் சலனங்களை ஏற்படுத்தியது.

அவர் சொல்வதையெல்லாம் எழுதி வைத்துக்கொள்ள வேண்டும்போலிருந்தது. சில மாணவர்கள் அவர் பேச்சைக் குறிப்பெடுத்துக்கொண்டார்கள்.

கிரண் ஒன்றும் எழுதிக்கொள்ளவில்லை. ஏனென்றால், அவரது ஒவ்வொரு வார்த்தையும் அவனது ஆன்மாவை விழிக்கச் செய்து மனதில் ஆழப் பதிந்தது.

“உங்களுக்கு நடக்கும் எல்லா விஷயங்களுக்கும் நீங்கள்தான் பொறுப்பாளி...”

“ஒரு குறிக்கோளை நீங்கள் முடிவு செய்து அதை அடைய முடியமென்ற நம்பிக்கையும் இருந்தால் உங்களுக்கு வெற்றி உறுதி என்பதில் சந்தேகம் வேண்டாம். முழுமையான அர்ப்பணிப்புடன், தன்னம்பிக்கையுடன் நீங்கள் நல்ல விஷயத்தில் ஈடுபடும்போது உறுதியாக வெற்றி உங்களைத் தேடி வரும். இந்த விஷயத்தில் யாருக்கேனும் சந்தேகம் உண்டா?”

அவர் சபையைப் பார்த்துக் கேட்டார். யாரும் எதுவும் பேசவில்லை.

அவர் தொடர்ந்து பேசினார்:

“மனதில் விருப்பம் ஏற்பட்டால் அதற்குத் தேவையான நீரும் உரமும் இட்டு படிப்படியாக வளர்க்க வேண்டும். கடுமையான முயற்சி இருந்தால் அந்தக் கனவு நிறைவேறாமல் இருக்காது. அந்தக் கனவைத் தொடங்குவதற்கு நீங்கள் நாளை என்று நாள் குறிக்க வேண்டாம். இந்த நொடியிலிருந்தே உங்கள் கனவைக் காணத் தொடங்குங்கள். உங்களுக்குள் அடங்கியிருக்கும் பெரும் சக்தியை விழிக்கச் செய்து இடைவிடாது செயல்படுங்கள். எதிர்காலத்தில் நம்பிக்கை கொண்டு இதயத்தின் கதவுகளை விரியத் திறங்கள்! நீங்கள் இதற்குத் தயாராக இருக்கிறீர்களா?”

ஒரு நொடி பேச்சை நிறுத்தி அவர் சபையைப் பார்த்தார்.

புத்துணர்ச்சியுடனும் பெரிய உத்வேகத்துடனும் மாணவர்கள் ஒன்றாக உரத்த குரலில் சொன்னார்கள்:

“தயார்!”

வகுப்பு முடிந்து அரங்கத்தைவிட்டு வெளியே வந்தபோது அருண் தனக்குத்தானே சொல்லிக்கொண்டான்: "பெற்றோர்களுக்குத்தான் முதலில் வகுப்பு எடுக்க வேண்டும்."

அதற்குப் பதில் சொல்வதைப்போல ஸ்ரீபிரியா, "நம் மீதும் கொஞ்சம் தவறுகள் உண்டு" என்றாள்.

அதைக் கேட்டுக்கொண்டிருந்த கிரணுக்கு இருவர் சொல்வதும் சரிதான் என்று தோன்றியது. ஆனால் அவன் எதுவும் பேசவில்லை.

கிரணின் மனதிலும் பிரார்த்தனையுடன் ஒரு சபதம் உருவானது.

"எவ்வளவு தடைகள் ஏற்பட்டாலும் நான்கு பேருக்குத் தெரிந்த ஒரு எழுத்தாளராக ஆக வேண்டும்! எழுதித்தான் வாழ வேண்டும்! சேத்தன் பகத்தைவிட நன்றாக எழுத வேண்டும்!"

அவன் மனதில், மின்னும் கனவுகளின் வண்ணத்துப்பூச்சிகள் சிறகடித்து உயரத் தொடங்கியிருந்தன.

10

கிரண் கதைப் போட்டில் முதல் பரிசும் கவிதைப் போட்டியில் இரண்டாம் பரிசும் பெற்றிருந்தான். அதனால் மாவட்ட அளவிலான போட்டிகளில், கதைப் போட்டியில் அவன் கலந்துகொள்ள வாய்ப்புக் கிடைத்தது.

கட்டுரைப் போட்டியில் திவ்யா முதல் பரிசு பெற்றிருந்தாள். அவள் ஒரு அப்பாவிச் சிறுமி. வகுப்பில் முதலிடத்தில் வரமாட்டாள் என்றாலும் நன்றாகப் படிப்பாள். அழகாக இருப்பாள். யாருடனும் சுலபமாக நெருங்கிப் பழகிவிட மாட்டாள்.

அவளும் தீவிரமாக மற்ற புத்தகங்கள் வாசிப்பாள். வாசித்த புத்தகங்களைப் பற்றி கிரணும் திவ்யாவும் பேசிக்கொள்வார்கள். கிரணுடன் மட்டும் அவள் நெருக்கமாகப் பழகுவதால் சில நண்பர்கள் கேலியாக ஏதாவது சொல்வார்கள். இந்த விஷயத்தில் சாரிகாவுக்கும் கொஞ்சம் பொறாமைதான்.

ஒருநாள் சாரிகா மிகவும் கர்வத்துடன் நூலகத்திலிருந்து ஜெயின் ஓஸ்ட்டனின் ‘எம்மா’ எனும் புத்தகத்தை எடுத்தாள். எல்லோரும் பார்க்கும்படி அதைக் கையில் வைத்துக்கொண்டு ஒயிலாக நடந்து சென்றாள்.

அதைப் பார்த்து ஆஷா தமாஷாகச் சொன்னாள்:

“இப்போது எல்லோரும் எழுத்தாளர்களாக ஆகப்போகிறீர்களா?”

"ஏன், அப்படி ஆக முடியாதா?" என்று சவால் விடுவதைப்போல் கேட்டாள் சாரிகா.

"நல்லது, நல்லது... நான் ஒன்றும் சொல்லவில்லை" என்று பின்வாங்கினாள் ஆஷா.

அடுத்த வாரமே அவள் புத்தகத்தைத் திருப்பிக் கொடுக்க நூலகத்துக்குச் சென்றாள். பிறகு அவள் நூலகத்திலிருந்து புத்தகங்கள் எடுப்பதை யாரும் பார்க்கவில்லை.

பெரிய கண்களும் நீண்ட முடியுமுள்ள திவ்யாவின் மீது கிரணுக்கு என்னவென்று தெரியாத ஒரு ஈர்ப்பு.

நண்பர்கள் கேலி செய்வதுபோல, அது காதல்தானா...

அப்படி பெண்பிள்ளைகளிடம் நெருங்கிப் பழகும் குணம் அவனுக்கு இல்லை. ஆனால் சமீப காலங்களில் அவளுடன் பேசும்போது மட்டும் சிறியதொரு தடுமாற்றம். மற்ற எந்தப் பெண்பிள்ளைகளிடமும் ஏற்படாத ஒரு விருப்பம்.

அவன் படிப்பதற்கு அமரும்போது புத்தகத்தின் பக்கங்களில் அவள் முகம் தோன்றும்.

அந்த நேரத்தில் நரம்புகளில், அன்றுவரை ஏற்பட்டிராத ஒரு உற்சாகம் ஏற்படும். அவள் முகத்தை மனதில் அசைபோட்டுக்கொண்டு அமைதியாக அமர்ந்திருப்பது அவனுக்குப் பெரிதும் மகிழ்ச்சியளித்தது.

புத்தகம் வாசித்தால் கெட்டுப்போய்விடுவாய் என்று அப்பா சொன்னதை நினைத்துப் பார்த்தான்.

அப்போது அவனுக்கு தன்னையறியாது சிரிப்பு வந்தது.

இந்த வயதிலுள்ள, புத்தகங்கள் வாசிக்காத பையன்கள் பெண்களைக் கனவுகாண்பதில்லையா?

எனக்குத் தோன்றுவதுபோல திவ்யாவுக்கும் தோன்றுமோ?

குற்றம் அவனுடையதா? அந்தப் பருவத்துக்கானதா?

தனியாக இருக்கும் சில நேரங்களில், அவள் அன்புடன் தன் பக்கத்தில் அமர்ந்திருப்பதாக அவன் கற்பனை செய்து மகிழ்வான். போட்டியில் கலந்துகொள்வதைவிட, திவ்யாவின் பக்கத்தில் இருப்பதுதான் அவனுக்குப் பெரிய சந்தோஷம்.

அவன் நினைத்துப்பார்த்தான்.

என்று முதல் அவள் மீதான இந்தப் பிரியம் தனக்கு ஏற்பட்டது?

அவன் கதையைப் படித்து இன்னும் நிறைய எழுத வேண்டும் என்று அவனை உற்சாகப்படுத்திய அன்றிலிருந்தா?

ஆங்கிலத் தேர்வில் திவ்யா அல்லது கிரண்தான் முதலிடம் பெறுவார்கள்.

அவளது வார்த்தைகள் அவனுக்குப் பெரிதும் உத்வேகமளித்தன.

போட்டி முடிவு வெளியான இரண்டு நாட்களுக்குப் பிறகு இலக்கியத்தில் ஆர்வமுள்ள சில மாணவர்கள் அவன் கதையை வாசித்தார்கள். அவர்களில் ஒருத்திதான் திவ்யா. அவளும் போட்டியில் கலந்துகொண்டிருந்தாள்.

வாசித்தவர்கள் எல்லாம் அந்தக் கதையைப் பற்றி பல வகையான கருத்துகள் சொன்னார்கள்.

அவன் தனியாக வந்தபோது திவ்யா சொன்னாள்:

“கதை நன்றாக இருக்கிறது. நல்ல மொழிநடை. ஒவ்வொரு வரியும் மனதைத் தொடுகிறது.” ஒரு நொடி நிறுத்திவிட்டு அவன் முகத்தைப் பார்த்தாள்.

தன் இதயத்திலிருந்து ஒரு பூ எடுத்து அவளிடம் நீட்டியவாறு அவன் சொன்னான்:

“நன்றி.”

அவள் தொடர்ந்து சொன்னாள்:

“இவ்வளவு திறமையை வைத்துக்கொண்டு எழுதாமல் இருந்துவிடாதே. நீ சேத்தன் பகத்தைப்போல ஒரு பெரிய எழுத்தாளராக ஆவதற்கு வாய்ப்பு இருக்கிறது . இன்னும் நிறைய எழுத வேண்டும்.”

அந்த நொடியில் அவன் முகம் பிரகாசித்தது. அவள் வார்த்தைகள் அவனுக்குப் பெருமகிழ்ச்சியை ஏற்படுத்தின.

‘திவ்யா உண்மையாகத்தான் சொல்கிறாளா?’ இப்படி ஒரு எண்ணமும் அவன் மனதில் தோன்றியது.

"நீ புகழ் பெற்ற எழுத்தாளராக ஆகும்போது, கிரண் எங்களுடன் படித்தவர் என்று நாங்கள் சொல்லிக்கொள்வோமே!"

"இதற்கு மாறாக, நீ அப்படி ஆவதற்கும் வாய்ப்பு இருக்கிறதே!" அவன் சொன்னான்.

"இல்லை, எனக்கு அதற்கான திறமை ஒன்றுமில்லை. கவிதைகளும் நாவல்களும் கதைகளும் வாசிப்பதைத் தவிர எனக்கு எழுதவெல்லாம் தெரியாது."

"உனக்கும் கட்டுரைப் போட்டியில் பரிசு கிடைத்திருக்கிறதே."

"இது பெரிய விஷயம் ஒன்றுமில்லை. போட்டியில் பங்கேற்ற எத்தனைப் பிள்ளைகள் பாடப் புத்தகங்களைத் தவிர வேறு புத்தகங்கள் படிக்கிறார்கள்?"

பிறகு அவள் சில நொடிகளுக்குப் பிறகு சொன்னாள்:

"ஆலையில்லா ஊருக்கு இலுப்பைப்பூ சர்க்கரை! என் விஷயத்தில் இவ்வளவுதான். நான் ஒரு எழுத்தாளர் ஆவதைவிட வாசகராக இருப்பதில்தான் எனக்கு விருப்பம். நீ இப்படி அல்லதானே."

அவளது வார்த்தைகள் அவன் மனதில் இருக்கும் கனவு அரண்மனையின் கதவைத் திறந்தன. அவன் தனிமைப் பொழுதுகளிலெல்லாம் களங்கமற்ற அன்பைப் பற்றியும் தூய காதலைப் பற்றியும் எண்ணற்ற கடிதங்களை அவளுக்காக மனதில் எழுதினான்.

11

வகுப்பு தொடங்குவதற்கு இன்னும் நேரம் இருக்கிறது.

வகுப்பறையை நோக்கி நடக்கும்போது அகில் ரகசியமாகக் கேட்டான்:

"திவ்யாவின் தோழி நவ்யாவின் விஷயம் தெரியுமா?"

"என்ன?"

"அவள் நேற்று ஒரு ஆட்டோ டிரைவருடன் ஓடிப்போய்விட்டாள்!"

"பிளஸ் டூவில் படிக்கும் நவ்யாவா?"

கிரணால் நம்ப முடியவில்லை.

"ஆமாம். அந்தப் பரிதாபமான பெண்தான்."

"அடக் கடவுளே! அவள் ஏன் இப்படிச் செய்துவிட்டாள்?" அந்த நொடியில் கிரணின் மனதில் ஒரு கேள்வி எழுந்தது.

"ஆனாலும் அந்தப் பொண்ணுக்கு ரொம்பத் தைரியம்தான்!"

அவள் வீடு அகிலின் வீட்டுக்குப் பக்கத்தில் இருக்கிறது. அவளைப் பற்றிய எல்லா விஷயங்களும் அவனுக்குத் தெரியும். அவன் நிறுத்தவில்லை. தொடர்ந்து சொல்லிக்கொண்டிருந்தான்.

"போலீஸ் ஸ்டேஷனில் எல்லோரின் முன்னாலும் அவள் என்ன சொன்னாள்

தெரியுமா? மீண்டும் அப்பா அம்மாவுடன் போக மாட்டேன் என்றாள்."

"அப்புறம்?" கிரண் கேட்டான்.

"டிரைவருடன் அவர் வீட்டுக்குப் போய்விட்டாள். இன்றுதான் அவளுக்குப் பதிவுத் திருமணம்."

"பெண்களுக்குப் பதினெட்டு வயது ஆனால்தானே கல்யாணம் செய்ய முடியும்?" கிரண் சந்தேகமாகக் கேட்டான்.

"அவள் ஒன்பதாம் வகுப்பில் ஒரு வருடம் தோற்றுவிட்டாள் அல்லவா. அதனால் அவளுக்கு இப்போது பதினெட்டு வயது முடிந்துவிட்டதாம்."

"எப்படி அவளுக்கு இவ்வளவு தைரியம் வந்தது?"

"அவள் அப்பா அம்மா அவளுக்கு நிறைய சுதந்திரம் கொடுத்தார்கள். அவள் அதைத் தவறாகப் பயன்படுத்திக்கொண்டாள்."

அகில் தொடர்ந்து ஏதேதோ சொல்லிக்கொண்டிருந்தான்:

"அவள் பிஞ்சிலேயே பழுத்தவள். பத்தாம் வகுப்பிலேயே அவளது விளையாட்டை ஆரம்பித்துவிட்டாள். எங்கள் பகுதியில் உள்ளவர்களுக்கு அவளைப் பற்றி நன்றாகத் தெரியும்."

'எதிர்பாராததுதான் எப்போதும் நடக்கிறது' என்று நினைத்தான் கிரண்.

'ஏமாற்றப்பட்ட ஒரு பெண்ணைப் பற்றி இன்று பத்திரிகையில் படித்தேனே' என்று கிரண் கலக்கத்துடன் நினைத்தான்.

'நவ்யா பத்திரிகைகளொன்றும் படிக்க மாட்டாளா?'

'கடவுளே, அவளுக்கு நல்லது நடக்க வேண்டும்!' அவன் மனதில் ஒரு பிராத்தனை எழுந்தது.

அந்த நேரத்தில் வகுப்பு தொடங்குவதற்கான மணி அடித்தது.

12

தோற்றுவிடக் கூடாது எனும் வைராக்கியத்துடன் கிரண் கஷ்டப்பட்டு நன்றாகத்தான் படித்தான். ஆயினும் படித்தது எதுவும் மனதில் நிற்கவில்லை.

ஆண்டுத் தேர்வு முடிவு வரும்போது, ஓரளவு நல்ல மதிப்பெண்கள் கிடைத்துவிடும் என்று சற்று நம்பிக்கை இருந்தது.

முடியும்போதெல்லாம் படித்திருக்கிறான். அந்த விஷயத்தில் அவனுக்கு திருப்தி. இனி ஒரு மாதம் பாடப் புத்தகங்கள் படிக்க வேண்டாம். அதை நினைத்தபோது அவன் மனதில் மகிழ்ச்சி பொங்கியது.

தேர்வு முடிந்து நான்கைந்து நாட்களான பிறகு, அம்மாவுக்கு ஒரு மருந்து வாங்குவதற்காக நகரத்துக்குச் சென்றான்.

மருந்துக் கடையிலிருந்து வரும்போது ஸ்ரீகலா டீச்சரைப் பார்த்தான்.

டீச்சருக்கு வணக்கம் சொல்லி பேசிக்கொண்டிருந்தான்.

அப்போது டீச்சர் கேட்டார்:

"இந்த விடுமுறையில் நீ என்ன செய்யப்போகிறாய்?"

"நுழைவுத் தேர்வுக்கான பயிற்சி அடுத்த மாதம் ஆரம்பிக்கும். அதற்கு முன்பு கொஞ்சம் நாட்கள் ஊருக்குப் போவேன், டீச்சர்."

மருந்துக்கடை

"கிரண், உன்னிடம் நான் ஒரு விஷயம் சொல்ல வேண்டியிருக்கிறது."

அந்த நேரத்தில் டீச்சரின் கைப்பேசியில் ஓர் அழைப்பு வந்தது.

"ஒரு நிமிடம்" என்று சொல்லிவிட்டு டீச்சர் கைப்பேசியில் பேசினார்.

நான்கைந்து நிமிடங்கள் பேசிய பிறகு கைப்பேசியை பையில் வைத்துக்கொண்டு அவனைப் பார்த்துச் சொன்னார்:

"நான் சொல்ல வந்தது வேறொன்றுமில்லை. டெல்லியில் அமேசான் புக்ஸ் எனும் நிறுவனம் புதிய எழுத்தாளர்களை உற்சாகப்படுத்துவதற்காக ஒரு நாவல் போட்டி நடத்துகிறது. அடுத்த மாதம் முப்பத்தி ஒன்றாம் தேதிதான் நாவல் சென்றடைய வேண்டிய கடைசி நாள்.

"பரிசுத் தொகை ஐம்பதாயிரம் ரூபாய். பரிசு கிடைத்தால் அதைப் பெறுவதற்கு ரயிலில் டெல்லி செல்ல இரண்டாம் வகுப்பு ஏசி டிக்கெட் தருவார்கள். தேர்ந்தெடுக்கப்படும் முதல் பத்துப் படைப்புகளை அவர்களின் செலவில் வெளியிடவும் செய்வார்கள். இது பற்றிய முழு விவரம் இணையத்தில் இருக்கிறது."

'ஒரு பெரிய மலையைத் தூக்கு' என்பதுபோன்று டீச்சர் சொன்னார். அவன் அதைக் கேட்டுத் திகைத்துப்போய் அவரைப் பார்த்தான்.

"நீங்கள் என்ன சொல்கிறீர்கள், டீச்சர்?" அவனால் டீச்சர் சொன்னதை முழுமையாகப் புரிந்துகொள்ள முடியவில்லை.

அதை உணர்ந்ததுபோல டீச்சர் சொன்னார்:

"பரிசு கிடைக்கிறதா இல்லையா என்பது பிரச்சினை அல்ல. நீ கொஞ்சம் முயற்சி செய்துபார். இப்படிப்பட்ட ஒரு போட்டியில் கலந்துகொள்வதே பெரிய விஷயம் அல்லவா? விடுமுறைக் காலம்தானே? படிக்கும் வேலையும் ஒன்றும் இல்லையே. படைப்பை அனுப்புவதற்கும் இது தொடர்பாக உனக்குத் தேவைப்படும் எல்லா உதவிகளையும் நான் செய்கிறேன்."

விடைபெற்றுப் போகும் நேரத்தில் டீச்சர் அவன் முதுகில் தட்டிச் சொன்னார்:

“உன்னால் முடியும், கிரண். விஷ் யூ ஆல்தி பெஸ்ட்!”

டீச்சர் ஸ்கூட்டரில் போவதைப் பார்த்தவாறே அவன் தன்னையறியாது முணுமுணுத்தான்:

“கடவுளே, டீச்சர் சொன்னதைப்போன்ற திறமை எனக்கு இருக்கிறதா?” இருந்திருந்தால் நன்றாக இருக்கும் என்று நினைத்தான். இப்போது இருக்கிறது எனும் தன்னம்பிக்கை அவனுக்கு ஏற்படவில்லை.

ஆனால் டீச்சர் இவ்வளவு தூரம் சொல்லியிருக்கிறார். ஏதாவது எழுதிப் பார்க்காமல் இருக்க முடியுமா?

அவன் மிகவும் கவலையில் ஆழ்ந்தான்.

13

பள்ளிக்கூடமும் பயிற்சி வகுப்புகளும் இல்லாததால் சில நாட்கள் படிக்காமல் இருக்க கிரண் விரும்பினான்.

அப்பாவும் அம்மாவும் அவனைப் படிக்கச் சொல்லி கட்டாயப்படுத்தவும் இல்லை.

நகரத்தில் இருக்கும் நூலகத்துக்குச் சென்று புத்தகங்கள் எடுத்தான்.

முதலில் கையில் கிடைத்த புத்தகம் அருந்ததி ராயின் 'காட் ஆஃப் ஸ்மால் திங்க்ஸ்'. சிறிய விஷயங்களின் கடவுள் எனும் அந்தப் புத்தகத்தை முதல்முறை வாசிக்கும்போது, அதில் உள்ள சில விஷயங்களை அவனால் புரிந்துகொள்ள முடியவில்லை. ஒருவிதமான பிடிவாதத்துடன் அவன் அந்தப் புத்தகத்தை மீண்டும் மீண்டும் வாசித்தான்.

அந்த நாவலில் உள்ள பல காட்சிகள் ஒரு திரைப்படம் பார்ப்பதுபோல அவன் மனதில் பதிந்தன.

சேத்தன் பகத்தின் எல்லா நாவல்களும் கிடைத்தன. இவற்றைவிட நன்றாக தன்னால் எழுத முடியும் என்று அவன் நினைத்தான்.

"இதைப்போன்ற ஆர்வத்துடன் இவன் பாடப் புத்தகங்களைப் படித்திருந்தால் என்ன நடந்திருக்கும்?"

ஒருநாள் அப்பா, அம்மாவிடம் இப்படிச் சொல்வதைக் கேட்டான் கிரண்.

அவன் அதைக் கேட்டதாகக் காட்டிக்கொள்ளவில்லை. அவன் இந்த உலகத்தில் இல்லை.

புத்தகங்கள் அவன் மனதில் ஒரு புரட்சியை ஏற்படுத்தின.

அவன் தனக்கான ஒரு ஆகாயத்தையும் அது நிறைய நட்சத்திரங்களையும் உருவாக்கிக்கொண்டான்.

தூங்கும்போதும் விழித்திருக்கும்போதும் நிறைய கதாபாத்திரங்கள் தங்களின் துயரத்தையும் கண்ணீரையும் மகிழ்ச்சியையும் அவனுடன் பகிர்ந்துகொண்டார்கள்.

அவன் நோட்டுப் புத்தகத்தையும் பேனாவையும் எடுத்துக்கொண்டு அமர்ந்தான். என்னென்னமோ எழுதினான். தான் எழுதியதொன்றும் அவனுக்குத் திருப்தியளிக்கவில்லை. எழுத்து என்பது அவ்வளவு சுலபமாகக் கைவரக்கூடியது அல்ல என்று அவனுக்குப் புரிந்தது. அவன் எழுதிய எல்லாக் காகிதங்களையும் கிழித்துக் குப்பைக் கூடையில் போட்டான்.

ஒருபோதும் தன்னால் ஒரு நாவல் எழுத முடியாது என்று அவன் நினைத்தான். ஆயினும் தொடர்ந்து வாசித்துக்கொண்டிருந்தான்.

எழுதி வைத்த நாட்குறிப்புகளை எல்லாம் எடுத்துப் படித்துப் பார்த்தான்.

பழைய விஷயங்களை இப்போது எடுத்துப் படித்துப் பார்க்கும்போது சுவாரஸ்யமாக இருந்தது.

அவனுக்குக் கோபம் ஏற்பட்டபோதெல்லாம் அவன் உணர்வுகள் எப்படி இருந்தன என்று அந்தக் குறிப்புகளில் துல்லியமாக எழுதியிருந்தான்.

அப்பாவின் மீது கோபம் கொள்ளக் கூடாது, அவரை வெறுக்கக் கூடாது என்று அவனுக்குத் தெரியும்.

ஆனால்...

எப்போதும் இழிவாகப் பேசும் அப்பாவை, எப்போதும் ஏதாவது குற்றம் சொல்லிக்கொண்டே இருக்கும் அப்பாவை எப்படி நேசிக்க முடியும்?

14

பள்ளி விடுமுறை விட்டதிலிருந்து ஊருக்கு வந்து கொஞ்சம் நாட்கள் தங்கும்படி பாட்டி அழைத்துக்கொண்டே இருக்கிறார். அன்றே போக வேண்டும் என்று அவன் விரும்பினான். ஆனால் அப்பா அனுமதிக்க வேண்டாமா?

அன்று பாட்டிதான் அம்மாவை தொலைபேசியில் அழைத்தார். விடுமுறை விட்டு இத்தனை நாட்களான பிறகும் அவனை ஏன் ஊருக்கு அனுப்பவில்லை என்று பாட்டி புகார் சொல்லியிருப்பார்போலிருக்கிறது.

அப்பா வந்ததும் அம்மா சொன்னது அவனுக்குக் கேட்டது:

“கிரணை அங்கே அனுப்பவில்லை என்று அம்மா கோபப்பட்டார். என்னைத்தான் குற்றம் சொல்கிறார்.”

“இந்த வாரம் கொண்டுபோய் விட எனக்கு நேரமில்லை. என்ன செய்வது?”

அதைக் கேட்டுக்கொண்டிருந்த கிரண் சொன்னான்:

“நான் தனியாகப் போகிறேன்.”

“அதற்கான தைரியம் உனக்கு இருக்கிறதா?” அம்மா கேட்டார்.

இருபத்து ஐந்து கிலோமீட்டர் தொலைவில் உள்ள ஊருக்குச் செல்ல அவனுக்கு அச்சம் ஒன்றும் இல்லை. அதற்கான தைரியம் அவனுக்கு

வெகுகாலமாகவே இருக்கிறது. ஆனால் அப்பா அனுமதிக்க வேண்டாமா?

ஏதோ இந்த முறை பாட்டியின் வார்த்தைகளுக்குப் பயன் கிடைத்துவிட்டது. அப்பா அவனை தனியாக அனுப்ப சம்மதித்தார். காலையில் நகரத்துக்குச் சென்று பேருந்து பிடித்து தனியே போகிறேன் என்று அவன் சொன்னாலும் அப்பா ஏற்றுக்கொள்ளவில்லை. ஸ்கூட்டரில் அவனை பேருந்து நிலையத்துக்கு அழைத்துச் சென்று பேருந்தில் ஏற்றிவிட்டுத்தான் சென்றார்.

பேருந்து புறப்படுவதற்கு முன்பே அப்பா கிளம்பிவிட்டார். அப்பா இரவுப் பணிக்குச் செல்ல வேண்டும். ஊருக்குச் சென்றால் என்னென்ன செய்ய வேண்டும், என்னென்ன செய்யக் கூடாது என்று நூற்றுக்கணக்கான அறிவுரைகள் சொல்லித்தான் அனுப்பினார்.

எந்த விஷயத்தைச் சொன்னாலும் வெறி பிடித்ததைப்போலத்தான் சொல்வார் அப்பா. அவர் சொன்னது எதுவும் அவன் தலையில் ஏறவில்லை.

விரைவிலேயே பேருந்து புறப்பட்டது.

அவன் சன்னல் கண்ணாடியை மெல்ல மேலே ஏற்றிவிட்டான். ஸ்... அப்பாடா! சுதந்திரத்தின் காற்று அவன் முகத்தை வருடியது.

பின்னால் ஓடி மறையும் காட்சிகளைப் பார்த்துக்கொண்டிருக்கும்போது அவன் மனதில் கனவுகள் மலரத் தொடங்கின.

பாட்டி அவனுக்காகக் காத்திருந்தார்.

மதியச் சாப்பாட்டுக்கு அவனுக்குப் பிடித்தமான உணவு வகைகள் சமைத்திருந்தார்.

தேங்காய்ப் பால் கொண்டு சமைக்கப்படும் இறால் கறி பாட்டியின் சிறப்பு உணவு.

பாட்டி கொஞ்சம் அதிகமாகவே சாப்பாடு பரிமாறினார். ஆயினும் கிரண் தயங்காமல் உணவை ரசித்து சுவைத்துச் சாப்பிட்டான்.

சாப்பிட்டுக்கொண்டிருக்கும்போது பாட்டி சொன்னார்:

"இந்த வயதுக்கு நீ இவ்வளவு கொஞ்சமாகச் சாப்பிடக் கூடாது. இன்னும் கொஞ்சம் போடட்டுமா?"

"வேண்டாம், பாட்டி. இதுவே அதிகமாகிவிட்டது!"

தாத்தா கட்சி வேலையாக வெளியே சென்றிருக்கிறார். தாத்தாவுக்கு எப்போதும் வேலை இருக்கும். பாட்டிக்கு பெரிய வேலைகள் ஒன்றும் இல்லை. ஆனால் ஒரு நிமிடம் சும்மா இருக்க மாட்டார். எப்போதும் ஏதாவது வேலை செய்துகொண்டே இருப்பார். வீட்டையும் சுற்றுப்புறத்தையும் எவ்வளவு அழகாக பராமரித்துவருகிறார்!

அந்தக் கோடையிலும் வாசல் மிகவும் பசுமையாக இருந்தது.

சுற்றிப் பிணைந்து கிடக்கும் பயறு கொடிகளிலும், பாகல் கொடிகளிலும் மலர்ந்திருக்கும் பூக்களில் வண்ணத்துப்பூச்சிகள் வட்டமிட்டுப் பறந்தன. பயறும் பாகற்காயும் தொங்கிக்கொண்டிருப்பது பார்ப்பதற்கு மிகவும் அழகாக இருந்தது.

எங்கிருந்தோ ஒரு குருவி அலகில் இரையுடன் பறந்து வந்தது. சன்னலுக்குப் பக்கத்தில் இருக்கும் செடியின் கிளையில் அமர்ந்தது. அவனைப் பார்த்தும் அந்தக் குருவி சற்றும் பயப்படவில்லை.

அந்த நேரத்தில் குருவிக் குஞ்சின் குரல் கேட்டது. அப்போதுதான் அவன் கவனித்தான், செடியின் கிளையில் ஒரு குருவிக் கூடும் இருக்கிறது.

பாத்திரங்களையெல்லாம் எடுத்து வைத்துவிட்டு பாட்டி திண்ணைக்கு வந்தார்.

"என் புதிய நண்பர்களைப் பார்த்தாயா, கிரண்? கூட்டில் மூன்று குஞ்சுகள் இருக்கின்றன. முட்டைகள் பொரிந்து வெளிவந்து ஐந்து நாட்கள்தான் ஆகின்றன."

பாட்டி பேசுவதைக் கேட்பதற்கு நன்றாக இருக்கும்.

இனிய குரல் பாட்டிக்கு. யாரும் விரும்பும் குணம். மற்றவர்களின் மனமறிந்து நடந்துகொள்ள பாட்டிக்குத் தெரியும்.

பூமிநாதன் சார் சொன்ன நேர்மறை சக்தி (Positive Energy) என்னவென்று, பாட்டியுடன் பேசும்போது அனுபவித்து தெரிந்துகொள்ளலாம்.

பாட்டியுடன்தானே அம்மாவும் நீண்ட காலம் இருந்தார். பாட்டியின் நல்ல விஷயங்கள் எதையும் அம்மா பார்த்துக் கற்றுக்கொள்ளவில்லையே?

அப்பாவுடன்தானே அம்மா இருக்கிறார். பிறகு எப்படி பாட்டியின் குணம் வரும்? அப்பாவிடமிருந்து கிடைப்பது முழுக்கவும் எதிர்மறை சக்தியாகத்தான் (Negative Energy) இருக்கும். அந்த எதிர்மறை சக்தியளிப்பவர்களைத் தவிர்த்துவிட வேண்டும் என்றுதான் சிறப்பு வகுப்பில் சொன்னார்கள்.

அப்படியென்றால் முதலில் அப்பாவையும் அம்மாவையும்தான் தவிர்க்க வேண்டும்.

அவன் எழுந்து பாட்டியின் மடியில் தலை வைத்துப் படுத்தான். அவன் தலைமுடியை வருடிக்கொண்டு பாட்டி கேட்டார்:

"இப்போது கதைகள் எல்லாம் வாசிக்க உனக்கு நேரம் கிடைக்கிறதா?"

"நான் வாசிப்பதைக் கண்டால் அப்பா கொன்றுவிடுவார். ஆயினும் நான் அவருக்குத் தெரியாமல் வாசிப்பேன்."

"அது அப்படித்தான். புத்தகத்தைப் பார்த்தால் அந்தக் காலத்திலும் உன் அப்பாவுக்கு அலர்ஜிதான்."

"அப்பா குழந்தையாக இருக்கும்போது நீங்கள் அவருக்குக் கதைகள் எதுவும் சொல்லவில்லையா, பாட்டி?"

"கதை சொல்கிறேன், வா என்று கூப்பிட்டால் அவன் வந்தால்தானே?"

'அப்பாவின் குணம் இப்படி ஆனதற்குக் காரணம் இருக்கிறது' என்று அவன் நினைத்தான்.

அத்தையும் அவர் பிள்ளைகளும் சென்னைக்குச் சென்றிருக்கிறார்கள். இரண்டு வாரங்களுக்குப் பிறகுதான் வருவார்கள்.

பக்கத்து வீட்டில் அவன் வயதுள்ள இரண்டு பையன்களும் உறவினர் வீட்டுக்குச் சென்றிருக்கிறார்கள். இனி அவர்கள் பள்ளிக்கூடம் திறந்த பிறகுதான் வருவார்கள்.

"விளையாடுவதற்குப் பிள்ளைகள் யாரும் இல்லாததால் உனக்கு சலிப்பாக இருக்குமா?"

"இல்லை, பாட்டி. நான் கொஞ்சம் நாட்களில் இங்கிலீஷில் ஒரு நாவல் எழுத வேண்டும். நீங்கள் எனக்கு உதவி செய்வீர்களா, பாட்டி?"

"அதற்கு எனக்கு இங்கிலீஷ் ஒன்றும் தெரியாதே."

"என் சில சந்தேகங்களுக்கு நீங்கள் பதில் சொன்னால் போதும்."

"எனக்குத் தெரிந்ததை எல்லாம் நான் சொல்கிறேன். நீ எழுது. எழுத உட்காரும்போது தன்னம்பிக்கையுடன் தொடங்கு. எழுத்து தானாக வரும். உனக்காக நான் பிரார்த்தித்துக்கொள்கிறேன். நீ எழுதி முடிந்த பிறகு நாம் தாத்தாவுடன் ஒரு நாள் மூகாம்பிகை கோயிலுக்குப் போகலாம்."

பாட்டியின் வார்த்தைகளிலிருந்து ஏற்பட்ட ஊக்கத்தால் அவன் முகம் பிரகாசமானது. நிறைய கனவுகளும் நம்பிக்கைகளும் அவன் மனதில் எழுந்தன.

மகிழ்ச்சி நிறைந்த புத்துணர்வுடன் அவன் பாட்டியைக் கட்டிப்பிடித்து அவர் கன்னத்தில் முத்தமிட்டான்.

15

காரணமற்ற ஒரு துயரத்தால் துடிக்கும் இதயத்துடன் அவன் எழுதுவதற்கு அமரும்போது, வெளியே பாட்டி இருக்கிறார் எனும் தைரியம் அவனுக்கு இருந்தது.

தன்னால் எழுத முடியும் எனும் நம்பிக்கையுடன் மனக் கதவுகளை விரியத் திறந்து வைத்தான். என்ன எழுதுவதென்று ஒரு முடிவும் அவனிடம் இல்லை. ஆனால், மனதுக்குள் எதுவோ கொந்தளித்துக்கொண்டிருந்தது.

அவனுடைய சந்தேகங்கள், துயரங்கள், ஏமாற்றம், கோபம், நம்பிக்கைகள், கனவுகள், அச்சங்கள், அதிருப்திகள் எல்லாம் அவன் மனதில் கடந்து சென்றன.

புயலடிக்கும் கடல்போல அவன் மனது பொங்கித் தத்தளித்தது. கற்பனையின் அலைகள் எழுந்து பரவின.

அவனுக்கு நினைவு தெரிந்தது முதல் இன்றுவரையிலான வாழ்க்கையில் நடந்த பல சம்பவங்கள், அவனது படைப்பாற்றலைத் தொட்டு எழுப்பியவாறு அவனிடம் வந்து சேர்ந்தன.

அவன் உண்ணும்போதும் உறங்கும்போதும் அவனது கதாபாத்திரங்கள் அவனைச் சூழ்ந்திருந்தன. பிறகு அந்தப் பாத்திரங்களெல்லாம் புதிய முகமும் இதயமும் கொண்டவர்களாக நோட்டுப் புத்தகத்தின் தாள்களில் பிறந்தார்கள்.

அவர்களின் இதயத் துடிப்புகளை அவன் தன்னுடைய இதயத் துடிப்புகளாக ஆக்கினான்.

'ஆயிரத்தொரு இரவில் சொல்லிய அரபுக் கதைகள்' நூலில் வரும் கதைசொல்லிதான் ஷஹறராசாத் எனும் அழகி. ஷஹ்றியார் ராஜாவின் மனம் கவர்ந்த அவள், கிரணின் கனவில் வந்து ஆசீர்வதித்தாள். பல கதைகள் அவன் மனதில் வலம் வந்தன.

அவற்றையெல்லாம் தெளிவாக எழுத ஆரம்பித்தான். அப்போது அவனே வியந்துபோகும்படி வார்த்தைகளெல்லாம் பணிவுடன் வந்து அவன் மனம்போல் நடந்துகொண்டன.

இரவு எது பகல் எது என்று தெரியாமல் அவன் எழுதிக்கொண்டேயிருந்தான். கண்களும் முதுகும் வலித்தாலும் அவன் சோர்வடையவில்லை. ஏனென்றால், அவன் அந்தளவு அதில் மூழ்கியிருந்தான்.

16

சரியாக இருபத்து நான்கு நாட்கள் அவன் பாட்டியுடன் தங்கினான்.

அவ்வளவு நாட்கள் சட்டென்று சென்றுவிட்டதை அவனால் நம்பவே முடியவில்லை.

உண்மையில், அது ஒரு தவம்போன்றிருந்தது. இலக்கை அடைவதற்கான தீவிர விருப்பமுள்ள ஒரு தவம்.

அவன் எண்ணம் நிறைவேறியதா? அது அவனுக்குத் தெரியவில்லை.

ஆனால், தான் ஏதோ செய்திருக்கிறோம் என்று அவனுக்குத் தோன்றியது. முயன்றால் பெரிய விஷயங்களைச் செய்ய முடியும் எனும் தன்னம்பிக்கை ஏற்பட்டது.

அவன் மனதில் இருந்த துயரங்களுடன் அவனது வெறுப்பும் கோபமுமெல்லாம் போய்விட்டன. அவனது மனோதிடம் அதிகரித்தது. அவன் மனதில் அன்பும் கருணையும் நிரம்பித் ததும்பியது.

தெளிந்த மனதுடன் அவன் அப்பாவின் தரப்பிலிருந்து யோசிக்கும்போது, அவனது தவறுகள் அவனுக்குப் புலப்பட்டன. பாட்டியின் வார்த்தைகளை அவன் நினைத்துப் பார்த்தான்.

“படிக்க வேண்டிய காலத்தில் உன் அப்பா படிக்கவில்லை. அதனால்தான் அப்பா இந்த வேலைக்குப் போகவேண்டியிருக்கிறது.”

தன் அப்பா ஓர் ஆசிரியராக இருந்தும் படிப்பு விஷயத்தில் தன் மீது கவனம் வைக்கவில்லையே என்ற ஓர் எண்ணம், முதிர்ந்தபோது அப்பாவுக்கு இருந்தது.

தாத்தாவைக் குற்றம் சொல்ல முடியுமா?

எல்லா வசதிகளும்தான் இருந்தனவே? அவர் படிக்காததற்கு தாத்தாவைக் குற்றம்சாட்டி என்ன பயன்?

அப்பா தன் நிறைவேறாத ஆசைகளையெல்லாம் தன் மகன் மூலம் சாதிக்க விரும்புகிறார்.

அந்த நொடியே கிரண் தன்னை நோக்கி அந்தக் கேள்வியைத் திருப்பிக்கொண்டான்:

'நீ கொஞ்சம் முயற்சி செய்தால் அப்பாவின் விருப்பங்களை நிறைவேற்ற உன்னால் முடியாதா? நீ ஏன் முயற்சி செய்யக் கூடாது?'

புதியதொரு ஒளி அவன் மனதில் தோன்றியது. அந்தப் புதிய அறிவின் காரணத்தால் நேற்றுவரை தான் செய்த தவறுகளை நினைத்து அவன் வருந்தவில்லை.

அப்போது அவன் மனதில், வெற்றி பெறுவதற்கு ஒவ்வொரு நொடியையும் எப்படிப் பயன்படுத்த வேண்டும் என்ற எண்ணம் மட்டும்தான் இருந்தது.

17

பாட்டியைப் பிரிந்து செல்ல அவனுக்கு மனமே இல்லை.

ஆனால், போகாமல் இருக்க முடியாது அல்லவா?

நுழைவுத் தேர்வுக்கான பயிற்சி வகுப்புகள் வரும் ஞாயிற்றுக்கிழமை முதல் ஆரம்பிக்க இருக்கின்றன.

பாட்டி என்னென்னமோ பொருட்களை அவன் பயணப் பையில் எடுத்து வைத்தார். கொஞ்சம் மாம்பழங்களை வேறு பையில் வைத்துக்கொண்டு சொன்னார்:

"நீ ஸ்ரீகலா டீச்சர் வீட்டுப் போவாய்தானே, அப்போது இந்த மாம்பழங்களை அவருக்குக் கொடு! அவர் உனக்கு நிறைய உதவி செய்திருக்கிறார்..."

விடைபெற்றுப் புறப்படும்போது பாட்டியின் கண்கள் கலங்குவதை அவன் பார்த்தான். அதைப் பார்க்கும்போது அவன் கண்களிலும் கண்ணீர் சுரந்தது.

"இனி எப்போது வருவாய்?" பாட்டி கேட்டார்.

"அடுத்த விடுமுறையின்போது வருகிறேன், பாட்டி." அவன் சொன்னான்.

"இப்போதுதான் உன்னால் தனியாகவே புறப்பட்டு வந்துவிட முடியுமே? நேரம் கிடைக்கும்போது வா" என்றார் தாத்தா.

“அதற்கு உங்கள் மகன் சம்மதிக்க வேண்டாமா?” பாட்டியின் வார்த்தைகளில் கொஞ்சம் கோபம் இருந்தது.

பேருந்து நிறுத்தத்துக்கு அவனுடன் தாத்தாவும் பாட்டியும் வந்தார்கள். போகும் வழியில் கோயிலின் முன் நின்றார்கள். காலை பூஜை முடிந்து கோயில் கதவை அடைத்திருந்தார்கள். சாலை ஓரத்தில் நின்று ஒரு அம்மாவும் அவர் மகளும் கும்பிட்டுக்கொண்டிருந்தார்கள். மகளுக்கு கிரண் வயது இருக்கும். அவர்கள் அவனுக்குத் தெரிந்தவர்கள்தான்.

அந்தச் சிறுமி அவனைப் பார்த்துச் சிரித்தாள். அவனும் சிரித்தான்.

அந்தப் பெண்ணின் அம்மா கேட்டார்:

“நீ எப்போது வந்தாய்?”

அதற்கு பாட்டி பதில் சொன்னார்:

“இவன் வந்து இரண்டு வாரமாகிறது.”

“இவனை வெளியே எங்கும் பார்க்க முடியவில்லையே?”

“இவன் எப்போதும் புத்தகங்கள் வாசித்துக்கொண்டிருக்கிறான். பிறகு வெளியே செல்ல எங்கே நேரம் இருக்கிறது?”

“அது நல்லதுதான்” என்றார் அந்த அம்மா. பிறகு தன் மகளைப் பார்த்துச் சொன்னார்:

“இவள் இருக்கிறாளே, எப்போது நேரம் கிடைத்தாலும் உடனே தூங்கிவிடுவாள்.”

அந்தப் பெண் அவமானப்பட்டுத் தலைகுனிவதை அவன் பார்த்தான். மற்றவர்களின் முன்னால் அவள் அம்மா அப்படிச் சொல்லியிருக்கக் கூடாதென்று அவனுக்குத் தோன்றியது.

கோயிலருகில் நின்று அவனைச் சேர்த்து அணைத்தபடி பாட்டி வேண்டிக்கொண்டார். அவனும் கைகூப்பி நின்றான்.

குனிந்து ஒரு ரகசியம்போல பாட்டி அவன் காதில் சொன்னார்:

“இந்தக் கோயிலிலும் உன் பெயரில் நேர்ந்திருக்கிறேன். நன்றாகப் பிரார்த்தனை செய்துகொள்.”

அவன் மனப்பூர்வமாகப் பிரார்த்தனை செய்துகொண்டான்.

‘எந்த சாமி எனக்கு உதவப்போகிறது என்று தெரியவில்லையே?’ என்று நினைத்தான் கிரண்.

தாத்தா நடந்து அப்பால் சென்றுவிட்டிருந்தார்.

தாத்தாவுக்குக் கடவுள் நம்பிக்கை இல்லை. ஆனால் பாட்டியுடன் எந்தக் கோயிலுக்கு வேண்டுமென்றாலும் செல்வார்.

தாத்தா எப்போதும் பாட்டியிடம் இப்படிச் சொல்வார்:

“என் கடவுள் என் மனதில் இருக்கிறார். நான் தெரிந்தே ஒருவரின் மனதைக் காயப்படுத்த மாட்டேன். என்னால் முடிந்தளவு மற்றவர்களுக்கு உதவி செய்வதுதான் என் கடவுள் நம்பிக்கை.”

தாத்தா சொல்வதும் சரிதானே? சில நேரங்களில் அவன் அப்படியும் யோசித்தான்.

18

பெண்கள் உயர்நிலைப் பள்ளிக்குப் பக்கத்தில்தான் ஶ்ரீகலா டீச்சரின் வீடு. நிறுத்தத்தில் பேருந்திலிருந்து இறங்கி அவன் சாலை ஓரமாக மெல்ல நடந்தான்.

அவன் முதன்முதலாக டீச்சர் வீட்டுக்குப் போகிறான். வீட்டுப் பெயர் அவனுக்கு நன்றாகத் தெரியும், 'ஶ்ரீராகம்.'

யாரிடமும் வழி கேட்க வேண்டிய அவசியம் வரவில்லை. வளாகக் கதவிலேயே பெயர் எழுதப்பட்டிருந்தது.

அந்தக் கதவு முன்னால் அவன் சில நொடிகள் தயங்கி நின்றான்.

பிறகு மெதுவாகத் தள்ளித் திறந்தான்.

வளாகக் கதவைக் கடந்து வாசலில், நிறையச் செடிகளுக்கிடையில் மூங்கில் நாற்காலிகள் மூன்று கிடந்தன. வீட்டு முகப்பில் யாரும் இல்லை. அழைப்பு மணியில் அழுத்திவிட்டுக் காத்திருந்தான்.

ஶ்ரீகலா டீச்சர்தான் வந்து கதவைத் திறந்தார். அவனைப் பார்த்ததும் அவர் மகிழ்ச்சியாகச் சொன்னார்:

"ஹாய், கிரண்!"

பிறகு அருகில் வந்து உள்ளே அழைத்துச் சென்றார்.

அவன் டீச்சருடன் வரவேற்பறைக்குச் சென்றான். நாற்காலியில் அமர்ந்தான்.

இளநீல நிற சுவரில் உயிர்ப்பான ரவிவர்மா ஓவியங்கள் மாட்டப்பட்டிருந்தன.

பெரிய கண்ணாடித் தொட்டியில் வண்ண மீன்கள் மெதுவாக நீந்திக்கொண்டிருந்தன. அங்கே மனதுக்கு இதமான சூழ்நிலை நிலவியது.

"என்ன விசேஷம். நீ இதுவரை ஒரு போன்கூட பண்ணவில்லையே?"

அவன் பதில் சொல்லவில்லை. பையைத் திறந்து, கொண்டு வந்திருந்த மாம்பழப் பையை டீச்சரிடம் நீட்டினான்.

"என்ன இது, ஐயோ, இதெல்லாம் வேண்டாம்."

"வீட்டில் இன்னும் மாம்பழங்கள் இருக்கின்றன, டீச்சர். இது உங்களுக்காக என் பாட்டி கொடுத்து அனுப்பியது."

"எனக்கு மாம்பழங்கள் பிடிக்கும் என்று பாட்டிக்கு எப்படித் தெரியும்?" அந்த மாம்பழப் பையை வாங்கும்போது டீச்சர் சிரித்தபடிக் கேட்டார்.

அவன் புன்னகைத்தான்.

"பாட்டிக்கு என் நன்றியைத் தெரிவித்துவிடு."

திடீரென்று நினைவு வந்ததுபோன்று டீச்சர் அடுத்த நொடி கேட்டார்:

"என்ன ஆயிற்று உன் நாவல்? ஏதாவது எழுதினாயா? அனுப்ப வேண்டிய கடைசித் தேதி நெருங்கிக்கொண்டிருக்கிறது."

பையிலிருந்து நோட்டுப் புத்தகத்தை எடுத்தான். எழுந்து நின்று பெரிய பொக்கிஷத்தை ஒப்படைப்பதுபோல டீச்சரிடம் பணிவுடன் கொடுத்தான்.

டீச்சர் அதன் சில பக்கங்களைப் புரட்டி மேலோட்டமாகப் படித்தார். சில பகுதிகளைக் கவனமாகப் படித்தார். அவர் சற்று நேரம் எதுவும் பேசவில்லை. எல்லாவற்றையும் மறந்து அந்த நோட்டுப் புத்தகத்தில் ஆழ்ந்திருந்தார்.

நீண்ட நேரத்துக்குப் பிறகு நிமிர்ந்து அவனைப் பார்த்து வியப்புடன் சொன்னார்: "எவ்வளவு அருமையாக எழுதியிருக்கிறாய்! பிறகு ஏன் நீ இவ்வளவு காலம் சும்மா இருந்தாய்? நான் உறுதியாக நம்புகிறேன், நீ மிகச் சிறந்த எழுத்தாளராக வருவாய்! என் மனப்பூர்வமான வாழ்த்துகள்!"

அந்த வார்த்தைகள் அவனுக்கு அளவற்ற மகிழ்ச்சியளித்தன. எப்போது எழுத ஆரம்பிக்கும்போதும் நினைக்க வேண்டிய வார்த்தைகளாக இருந்தன அவை.

அந்த நொடிகளில் அவன் தன்னை மறந்தான்.

டீச்சரின் வார்த்தைகள் அவனை மீட்டன:

"இதை நான் டைப் செய்து போட்டிக்கு அனுப்புகிறேன். என் ஈமெயிலும் என் முகவரியும் கொடுக்கலாம். அதுதான் நல்லது."

என்ன செய்ய வேண்டும், எப்படி அனுப்ப வேண்டும் என்றெல்லாம் அவனுக்குத் தெரியாது.

டீச்சர் சொன்னார், அவன் எழுதினான். அவ்வளவுதான் அவனுக்குத் தெரியும்.

"உன் போட்டோ எங்கே?"

"நான் அதை மறந்துவிட்டேனே, டீச்சர்."

"பரவாயில்லை."

டீச்சர் உள்ளே சென்று கேமராவுடன் வந்தார்.

அவனைப் பல மாதிரி ஒளிப்படங்கள் எடுத்தார். எல்லாவற்றையும் அவனிடம் காட்டிச் சொன்னார்:

"எந்த போட்டோவை அனுப்பலாம், சொல்."

"உங்களுக்கு எது பிடிக்கிறதோ, அதை அனுப்புங்கள் டீச்சர்."

"என்னிடம் சில நல்ல புத்தகங்கள் இருக்கின்றன. உனக்கு தேவைப்படும் புத்தகங்களை எடுத்துக்கொள். படித்துவிட்டு பொறுமையாகத் திருப்பிக் கொடுத்தால் போதும்." கேமராவை உறையில் இட்டபடி டீச்சர் சொன்னார்.

டீச்சர் அவனை அடுத்த அறைக்கு அழைத்துச் சென்றார்.

அலமாரி நிறைய புத்தகங்கள் அழகாக அடுக்கி வைக்கப்பட்டிருந்தன. பெரும்பாலும் ஆங்கிலப் புத்தகங்கள்தான்.

உலகப் புகழ் பெற்ற நிறைய நாவல்கள் அங்கே இருந்தன. எந்தப் புத்தகங்களை எடுப்பது? எல்லாப் புத்தகங்களையும் படிக்க வேண்டும் என்று அவனுக்கு ஆசையாக இருந்தது.

"என்னென்ன புத்தகங்கள் இருக்கின்றன என்று பார்த்து வைத்துக்கொள். பள்ளிக்கூடம் திறக்கும்போது உனக்குத் தேவைப்படும் புத்தகங்களை நான் எடுத்து வந்து தருகிறேன்."

அவன் எல்லாப் புத்தகங்களையும் அவசரமாக ஒருமுறை பார்த்தான்.

கடைசியில் இரண்டு புத்தகங்களைத் தேர்ந்தெடுத்தான்.

ரஷ்ய எழுத்தாளர்கள் லியோ டால்ஸ்டாய் எழுதிய 'போரும் அமைதியும்', ஃபியோதர் தஸ்தயேவ்ஸ்கி எழுதிய 'குற்றமும் தண்டனையும்' ஆகிய இரண்டு நாவல்கள்.

19

பள்ளிக்கூடம் திறந்து ஒரு மாதம் ஆனது.

வகுப்புத் தேர்வுகள் ஆரம்பமாயின.

எழுதும் தேர்வுகளிலெல்லாம் நல்ல மதிப்பெண்கள் பெற வேண்டும் என்று உறுதிகொண்டான் கிரண்.

அப்பா அம்மா குற்றம் சொல்ல எந்த வாய்ப்பும் கொடுக்கக் கூடாது. அவன் முழு அர்ப்பணிப்புடனும் ஆர்வத்துடனும் படித்தான்.

அவன் மனதில் எதுவும் மறையாமல் எல்லாம் அப்படியே இருந்தன. நல்லவிதமாக எப்படி நேரத்தைச் செலவிடுவது என்று அவன் தெரிந்துகொண்டான்.

அதன் பிறகு அவன் முன்னால் புதிய ஆகாயத்தின் கதவு திறந்தது. அவனிடம் ஏற்பட்ட மாற்றம் அவனுக்கே வியப்பளித்தது.

அப்பாவும் அம்மாவும் அவனது எழுத்தார்வத்தை ஊக்கப்படுத்தாதது குறித்து இப்போது அவனுக்கு வருத்தமோ கோபமோ ஏற்படுவதில்லை.

அவனைப் புரிந்துகொள்வதற்குப் பாட்டி இருக்கிறார், ஸ்ரீகலா டீச்சர் இருக்கிறார். இவர்கள் போதுமே என்று அவன் தன்னைச் சமாதானப்படுத்திக்கொண்டான்.

பொறுப்பான உயர்ந்த பதவியில் இருந்துகொண்டே பெரிய எழுத்தாளர்களாகவும்

புகழ் பெற்றவர்களின் வாழ்க்கை வரலாறுகளை ஸ்ரீகலா டீச்சர் அவனுக்குக் கொடுத்தார்.

அந்தப் புத்தகங்கள் அவனுக்குப் பெரிதும் தூண்டுதல் அளித்தன. சக்தி கொடுத்தன.

பாடப் புத்தகங்களை படிக்கும்போதே நாவல்களும் கதைகளும் வாசிக்க, அப்பா அம்மாவுக்குத் தெரியாமல் அவன் நேரம் கண்டுபிடித்தான்.

நாட்கள் கடந்து சென்றன.

அவனது பிறந்தநாள் வந்தது. பாட்டி காலையிலேயே தொலைபேசியில் அழைத்தார்.

"தங்கமே, இன்று உன் பிறந்தநாள் அல்லவா. நான் கோயிலுக்குச் சென்று பூக்கள் வைத்து வழிபட்டு இப்போதுதான் திரும்பினேன். உன் எல்லா கனவுகளும் நிறைவேறும். நான் மனப்பூர்வமாக எப்போதும் உனக்காகப் பிரார்த்தித்துக்கொண் டிருக்கிறேன்."

மேலும் பாட்டி ஏதேதோ சொல்லிக்கொண்டிருந்தார். அவரது அத்தனை வார்த்தைகளும் அவன் மனதில் எல்லையற்ற மகிழ்ச்சியை ஏற்படுத்தின.

தொலைபேசியை வைக்கப்போகும் நேரத்தில் பாட்டி கேட்டார்:

"நாவல் போட்டிக்கு உன் கதையை அனுப்பியிருந்தாயே, என்ன ஆயிற்று? முடிவு வந்துவிட்டதா?"

"இதுவரை வரவில்லை, பாட்டி."

"உனக்குப் பரிசு கிடைக்கவில்லை என்றால் ஒருபோதும் வருத்தப்படாதே. உனக்கு அளவற்ற வாய்ப்புகள் ஏற்படும். இருக்கட்டும். இனி நீ எப்போது ஊருக்கு வருவாய்?"

"அடுத்த இரண்டாம் சனிக்கிழமை வகுப்பு கிடையாது. அன்று வருகிறேன்."

அம்மா காலையிலேயே டவுனில் உள்ள கோயிலுக்குச் சென்றிருக்கிறார். என்னதான் அம்மா அவனிடம் கண்டிப்பு

காட்டினாலும் அவனுக்காக கோயிலுக்குச் சென்று பிரார்த்தனை செய்ய மறக்க மாட்டார். அவன் பள்ளிக்கூடத்துக்குப் புறப்படுவதற்கு முன்பு வந்துவிடுவதாகச் சொல்லிவிட்டுத்தான் அம்மா சென்றிருந்தார். இன்னும் வரவில்லை. அவனே சோறு எடுத்து லஞ்ச் பாக்ஸில் வைத்துக்கொண்டான். திடீரென்று தொலைபேசி மணி ஒலித்தது.

அழைப்பது யாராக இருக்கும்?

அவன் தொலைபேசியை எடுத்தான்.

மறுமுனையிலிருந்து குரல் கேட்டது:

“ஹலோ, கிரண் வீடுதானே?”

“ஆமாம்.”

எதிர் முனையிலிருந்து பேசிய ஸ்ரீகலா டீச்சருக்கு அவன் குரல் புரிந்துவிட்டது.

“கிரண், நான்தான், ஸ்ரீகலா டீச்சர்.”

“வணக்கம் டீச்சர், சொல்லுங்கள்.”

“உனக்கு என் மகிழ்ச்சியான வாழ்த்துகள்! நான் சொன்னேன் அல்லவா, நீ மிகச் சிறந்த எழுத்தாளர் ஆவாய் என்று! நாவல் போட்டியில் உன் படைப்பு முதல் பரிசு பெற்றிருக்கிறது! இப்போதுதான் டி.என்.என். தொலைக்காட்சி செய்தியில் சொன்னார்கள். அதில் உன் போட்டோவும் காட்டினார்கள். இந்தப் பரிசை டெல்லியில் சாகித்ய அகாடமி அரங்கில் மத்திய கல்வி அமைச்சர் உனக்குத் தருவார். அதில் சிறப்பு விருந்தினராக உலகப் புகழ் பெற்ற எழுத்தாளர் பௌலோ கொய்லோ கலந்துகொள்வார்!”

“கடவுளே!” தன்னையுமறியாது அவன் கத்திவிட்டான்.

தொலைபேசி மூலம் கடவுளின் குரல்தான் கேட்கிறதோ என்று அவன் நினைத்தான்.

“டீச்சர்...” அவனுக்கு வார்த்தைகள் வெளியே வரவில்லை. மகிழ்ச்சிப் பெருக்கால் அவன் அழுதுகொண்டிருந்தான். ‘ஆல்கெமிஸ்ட்’ எனும் நாவல் எழுதிய பௌலோ கொய்லோவுடன் அவன் ஒன்றாக அமர்ந்திருக்கப்போகிறான்!

இதைவிட வேறு என்ன அதிர்ஷ்டம் வேண்டும்!

யாருக்கு நன்றி சொல்ல வேண்டும்?

கடவுளுக்கா, ஸ்ரீகலா டீச்சருக்கா, பாட்டிக்கா?

'ஒருவன் முழு மனதுடன் எதைப் பெறவேண்டும் என்று விரும்பினாலும் அது நிறைவேறுவதற்காக உலகமே அவனுக்கு உதவி செய்யும்.' ஆல்கெமிஸ்ட் நாவலில் வரும் இந்த வரிகள் அவனுக்கு நினைவு வந்தன.

அவனும் நினைத்தான்:

'என்னுடன் இந்தப் பிரபஞ்சம் முழுவதும் இருக்கிறது! நானும் கடுமையாகப் பாடுபடுவேன்!'

டீச்சருடன் பேசிய பிறகு அவன் பாட்டியை அழைத்துச் சொன்னான்:

"உங்கள் பிரார்த்தனை பலித்துவிட்டது, பாட்டி!"

பாட்டி ஒரு சில நிமிடங்கள் ஏதும் பேசவில்லை. அவன் சொல்வதை எல்லாம் மௌனமாகக் கேட்டுக்கொண்டிருந்தார்.

கடைசியில் பாட்டி சொன்னார்: "நான் சொன்னேனே தங்கமே, உன் முயற்சி வெற்றி பெறும் என்று. அர்ப்பணிப்புடன் உழைத்தால் வாழ்க்கையில் உயர்வது உறுதி. நீ எப்போது இங்கே வருவாய்?"

"நான் டெல்லிக்குப் போய் வந்த பிறகு வருகிறேன், பாட்டி!"

அவன் பள்ளிக்குச் செல்லும் நேரம் வந்துவிட்டது. அம்மா இனியும் வரவில்லை. அவன் விளக்கையும் மின்விசிறியையும் அணைத்துவிட்டு, வீட்டைப் பூட்டி வெளியே வந்தான். வீட்டுச் சாவியை பக்கத்து வீட்டு சுனந்தா அத்தையிடம் கொடுத்தான்.

பள்ளிப் பேருந்திலிருந்து இறங்கி வராந்தாவில் நடக்கும்போது திவ்யா பின்னால் ஓடி வந்தாள்.

"வாழ்த்துகள், கிரண்!"

அவள் பின்னால் நின்று உரக்கச் சொன்னாள். அவன் திரும்பி நின்றான். அவள் கண்களைப் பார்த்துச் சொன்னான்:

"நன்றி!"

அவள் கண்களில் தெரிந்த மதிப்பும் வியப்பும் நிறைந்த நேசம் அவன் மனதில் அலை வீசியது. அவன் எழுதிக்கொண்டிருக்கும்போது இந்தக் கண்களின் ஆழத்தை மனதில் பார்த்திருக்கிறான்! எழுதிய நாவலில் வரும் பெண்ணுக்கு இவள் முகம்தான் என்று யாரேனும் கண்டுபிடித்துவிடுவார்களோ?

இப்படி யோசித்தபடி அவன் அவளுடன் நடந்தான்.

ஆங்கில நாவல் போட்டில் அவனுக்குப் பரிசு கிடைத்த செய்தி பள்ளிக்கூடம் முழுக்கப் பரவிவிட்டது! ஆசிரியர்களும் மாணவர்களும் அவனுக்குக் கைகொடுத்துப் பாராட்டி வாழ்த்துச் சொல்ல போட்டிபோட்டார்கள்

அன்று காலைக் கூட்டத்தில் அவனை மேடையில் நிறுத்தி தலைமையாசிரியர் பேசினார்:

“கிரண், நம் பள்ளியின் பெருமை!”

அவர் அடுத்த வார்த்தை சொல்லும் முன்பே பெரும் கரகோஷம் முழங்கியது. தலைமையாசிரியர் பிறகு வேறு ஒன்றும் பேசவில்லை. பேச வேண்டிய அவசியமும் இல்லை.

அதற்கு முன்பே மாணவர்கள் எல்லோரும் அவனை அந்தப் பள்ளியின் நாயகனாகக் கருதத் தொடங்கியிருந்தார்கள்.

20

பள்ளி விட்டு வந்ததும் அவன் அம்மாவிடம் சொன்னான்:

"நான் எழுதிய புத்தகத்துக்கு ஒரு பரிசு கிடைத்திருக்கிறது, அம்மா!"

"நீ என்ன புத்தகம் எழுதினாய்?" அம்மா அலட்சியமாகக் கேட்டார்.

"நான் எழுதிய நாவலுக்கு!"

"நீ ஏதாவது எழுதுவதை நான் இதுவரை பார்த்ததே இல்லையே!"

"அதற்கு இந்த வீட்டில் யாரும் அனுமதித்தால்தானே?" இந்த ஒரு பதில்தான் அவன் மனதில் வந்தது. ஆனால் அவன் சொல்லவில்லை.

அவன் ஊருக்குச் சென்று எழுதியதையும் பிறகு ஸ்ரீகலா டீச்சரிடம் கொடுத்ததையும் விவரமாகச் சொன்னான்.

"நீ ஏன் இதுவரை என்னிடம் சொல்லவில்லை?"

"எப்படிச் சொல்வேன். எப்போதடா என்னைக் கடித்துக் குதறலாம் என்றுதானே இருக்கிறீர்கள்!" என்றான் அவன். இந்த வார்த்தைகள் சற்றுக் கடுமையாக இருப்பதுபோல அவனுக்குத் தோன்றியது. ஆனால் அம்மா அதைக் கேட்டதாகக் காட்டிக்கொள்ளவில்லை.

"பரிசால் என்ன பயன்?" அம்மா உதாசீனமாகக் கேட்டார்.

"பரிசுத் தொகை ஐம்பதாயிரம் ரூபாயும் டெல்லிக்குச் சென்று வருவதற்கான பயணக் கட்டணமும் கிடைக்கும். மத்திய அமைச்சர் பரிசு கொடுப்பார்."

அந்த நிகழ்ச்சியில், உலகப் புகழ் பெற்ற எழுத்தாளர் பௌலோ கொய்லோ சிறப்பு விருந்தினராகக் கலந்துகொள்வார் எனும் செய்தியை அவன் வேண்டுமென்றே சொல்லவில்லை.

அவரது பெருமைகளைப் பற்றி அம்மாவுக்கு என்ன தெரியும்.

நம்ப முடியாத எதையோ கேட்பதுபோல அம்மா அவன் முகத்தை சந்தேகத்தோடு உற்றுப் பார்த்தார்.

"இப்படியெல்லாம் சொல்லி உன்னை யாரும் ஏமாற்றவில்லையே?" நம்ப முடியாமல் மீண்டும் கேட்டார்.

சி.என்.என். தொலைக்காட்சியில் அவன் ஒளிப்படத்துடன் செய்தி வந்ததையும் டீச்சருக்கு மின்னஞ்சலில் தகவல் வந்ததையும் சொன்னான்.

ஒருக்கால் மலையாளத் தொலைக்காட்சிகளில் மாலை நேர செய்தியில் வரலாம் என்று டீச்சர் சொல்லியிருந்தார். அம்மா அப்போதே, எல்லா மலையாள தொலைக்காட்சிகளையும் வைத்துப் பார்த்தார். எதிலும் அந்தச் செய்தி வரவில்லை.

அவனால் ஒரு இடத்தில் இருக்க முடியவில்லை. மனது மகிழ்ச்சியால் துள்ளிக் குதிக்கும்போது எப்படி அமைதியாக இருக்க முடியும்.

நானும் ஒரு எழுத்தாளர் ஆகிவிட்டேன் என்று இந்த உலகத்துக்கு உரத்துச் சொல்ல விரும்பினான். அப்போதே அம்மா, இரவுப் பணியிலிருந்த அப்பாவிடம் கைப்பேசியில் எல்லா விஷயங்களையும் சொன்னார். அனுமதி பெற்று சிறிது நேரத்தில் அப்பா வீட்டுக்கு வந்துவிட்டார். வந்ததும் அன்றுவரை பார்க்காத ஒரு முகபாவத்துடன் அவனைப் பார்த்துவிட்டுச் சொன்னார்:

"நல்ல விஷயம்!"

பிறகு ஸ்ரீகலா டீச்சரின் கைப்பேசி எண் கேட்டார்.

அவன் எண்ணை எழுதிக் கொடுத்தான். டீச்சரின் கைப்பேசி அணைக்கப்பட்டிருந்தது. அப்பாவின் முகத்தில் தெரிந்த பதற்றத்தைப் பார்த்தபோது அவனுக்குச் சிரிப்பு வந்தது.

கைரளி தொலைக்காட்சியில் செய்தி நேரம்.

பாதி செய்திகளுக்குப் பிறகு அவன் ஒளிப்படம் தொலைக்காட்சித் திரையில் தோன்றியது. அமேசான் பரிசைப் பற்றிய விரிவான தகவலைச் சொன்னார்கள். கடைசியில் அவன் அப்பா அம்மாவின் பெயரையும் குறிப்பிட்டார்கள். அப்பா அம்மாவின் முகம் மலர்வதை அவன் பார்த்தான். தங்களின் பரவசத்தை அவர்களால் அடக்கிக்கொள்ள முடியவில்லை.

அடுத்த நொடியிலேயே தரைவழி தொலைபேசியும் கைப்பேசியும் ஒரே நேரத்தில் ஒலிக்கத் தொடங்கின. அப்பாவும் அம்மாவும் மாறி மாறி எடுத்துப் பேசி அவனிடம் கொடுத்தார்கள். பாராட்டுகளின், வாழ்த்துகளின் பெருமழை!

அப்பா எழுந்து அவன் பக்கத்தில் வந்தார். அவன் தோளில் கைவைத்தார். இமைக்காமல் அவன் முகத்தையே பார்த்துக்கொண்டிருந்தார். அவர் கரங்கள் நடுங்கின. அவர் கண்களில் கண்ணீர் ததும்பி நின்றது.

அடுத்த நொடி அப்பா அவனை நெஞ்சோடு சேர்த்துக் கட்டிப் பிடித்துக்கொண்டு தேம்பி அழுதார்.

"உன்னை இதுவரை நான் புரிந்துகொள்ளவில்லையே, என் செல்லமே!" அப்பாவின் கண்ணீர் பட்டு அவன் முகம் நனைந்தது.

"நான் சரியாகப் படிக்காததால்தானே நீங்கள் என்னிடம் கோபப்பட்டீர்கள். அதையெல்லாம் நான் எப்போதோ மறந்துவிட்டேன், அப்பா!" என்று அவன் அப்பாவைச் சமாதானப்படுத்தினான்.

அந்த நேரத்தில் அப்பாவின் நண்பரும் எழுத்தாளருமான சுகுமாரன் மாமா அழைத்தார்.

அவன் தொலைபேசியை எடுத்து அப்பாவிடம் கொடுத்தான்.

அவர் முதலில் பேசிய வார்த்தைகள் இவைதான்:

“பேரும் பெருமையும் தேடித் தரும் பிள்ளைகளைவிட இந்த உலகத்தில் வேறு பெரிய மகிழ்ச்சி என்ன இருக்கிறது! நீ பார்த்துக்கொள்! அவன் உலகம் பாராட்டும் எழுத்தாளனாக ஆவான், இது நிச்சயம். உன் மகனுக்கு என் இதயமார்ந்த பாராட்டுகள், வாழ்த்துகள், ஆசிகள்!”

இதைக்கேட்டு அப்பாவின் முகத்தில் ஒரு புன்னகை மலர்ந்தது. அதைப் பார்த்து அம்மாவும் புன்னகைத்தார்.

சன்னல் வழியே அதைப் பார்த்துக்கொண்டிருந்த நட்சத்திரங்களும் புன்னகைத்தன. அந்த நேரத்தில் சந்தன வாசனையுள்ள ஒரு மென்காற்று எங்கிருந்தோ வந்து அவர்களை வருடியது.

●

www.ingramcontent.com/pod-product-compliance
Lightning Source LLC
LaVergne TN
LVHW060130051026
849517LV00007B/2440
* 9 7 8 9 3 9 5 7 7 6 6 3 9 *